FORNA ELDHÚSIN: ELDAÐA MEÐ TÍMANUM HÁLÆÐI

Endurvekja hefðina með 100 ríkum réttum

Arnkatla Guðlaugsdóttir

Höfundarréttarefni ©2023

Allur réttur áskilinn

Engan hluta þessarar bókar má nota eða senda á nokkurn hátt eða á nokkurn hátt án skriflegs samþykkis útgefanda og höfundarréttarhafa, nema stuttar tilvitnanir sem notaðar eru í umsögn . Þessi bók ætti ekki að koma í staðinn fyrir læknisfræðilega, lögfræðilega eða aðra faglega ráðgjöf.

EFNISYFIRLIT _

EFNISYFIRLIT _ 3

KYNNING 6

MORGUNMATUR OG BRUNCH 7

    1. Eggs Benedikt með laxi 8
    2. Ristað Heirloom tómat Quiche 10
    3. Bláberja maísbrauð vöfflur 13
    4. Bananahnetupönnukökur 15
    5. Fullkomið franskt ristað brauð 17
    6. Karamellu pecan kanilsnúðar 19
    7. Sætar kartöflukex 22
    8. Rækjur, Andouille pylsa og grjón 24
    9. Brisket Hash 26
    10. Cajun morgunmatur Burritos 28
    11. Rækju- og krabbaeggjakaka 30
    12. Rjómalöguð Cheesy Grits 32

SNILLINGAR OG FORRÉTTIR 34

    13. Rækjurennibrautir 35
    14. Kreóla eggjarúllur úr svínakjöti og rækjum 37
    15. Steiktir sítrónupiparvængir 39
    16. Quattro Formaggi hamborgarar með heirloom gulrótum 41
    17. Krydduð maísdýfa 43
    18. Þorskur, Ahi og Heirloom Tomato Ceviche 45
    19. Crab Deviled egg með beikoni 47
    20. Buffalo kalkúnavængir með gráðostadressingu 49
    21. Hlaðin bökuð kartöfludýfa 51
    22. Næpa og sinnepsgræn með saltsvínakjöti 53
    23. Hörflögur Nachos með Heirloom Tomato Salsa 55
    24. Steikt hvítkál með reyktum kalkún 57
    25. Lamb og Harissa hamborgarar með heirloom gulrótum 59
    26. Steiktar súrum gúrkum 61
    27. Laxakrókettur 63
    28. Paprika fyllt með sjávarfangi 65
    29. Churros með Hibiscus-Engifersykri 67

HLIÐAR DISKAR 70

    30. Grænar baunir, kartöflur og beikon 71
    31. Óslétt tómatbaka 73
    32. Matur makkarónur og ostur 75
    33. Ostandi þeyttar kartöflur 78
    34. Bökuð sælgæti Yams 80
    35. Kæfðar kartöflur og pylsa 82

36. Okra og tómatar 84
37. Pinto baunir og skinkuhögg 86
38. Rauðar baunir og hrísgrjón 88
39. Matarstíll Lima baunir 90
40. Bakaðar baunir 92
41. Maísbrauðsdressing 94
42. Succotash 96
43. Sætt maísbrauð 98
44. Hush hvolpar 100
45. Rauð hrísgrjón 102
46. Pull-Apart gerrúllur 104

SALÖT OG KÓLSLAÁ 106

47. Grillað kjúklingacobb salat 107
48. Krabbasalatbollar 109
49. Layered rækju Louie salat 111
50. Svart-eyed Pea salat 113
51. Suðurkartöflusalat 115
52. Sjávarfangsmakkarónusalat 117
53. Hvítaskál 119
54. Matur Collard Greens 121
55. Heirloom tómat- og nektarínusalat 123

SAMLAKA OG ÚFJA 125

56. Pimentostur og tómatsamloka 126
57. Krabbi og humar grillaður ostur 129
58. Slow Cooker BBQ Pulled Pork 131

SÚPUR, STEIT OG KARRY 133

59. Samloka, rækjur og krabbakæfa 134
60. Brunswick plokkfiskur 136
61. Gumbo 138
62. Shrimp Étouffée 141
63. Oxhala plokkfiskur 143

BBQ OG GRILL 145

64. Fjölskylda grillaðar rækjur Po'boys 146
65. Ofnbakað BBQ rif 148
66. Steikt rif 150
67. Sítrónupipar og hunangssveitarif 152
68. Slow Cooker Hvítlauksfyllt svínasteikt 154
69. Slow Cooker Nautakjöt 156
70. Slow Cooker Smothered Oxtails 158
71. Bacon vafðar kjötbollur 160

RAUNNI 162

72. Cajun Steiktar Rækjur og Ostrur 163
73. Reyktur lax 165
74. Djúpsteiktur steinbítur 167
75. Jambalaya-fylltar hvítkálsrúllur 169
76. Bakað Spaghetti 172
77. Kjúklingasteikt steik með pylsusósu 174
78. Pönnusteiktar svínakótilettur 177
79. Apríkósufylltar Cornish hænur 179
80. Butternut Squash lasagna 181
81. Grænbaunapott 183
82. Vetrarsúpa úr parsnip 185
83. R úlaði með spínati og sveppum _ 187
84. P umpkin Chickpea Coconut C urry 189

EFTIRLITUR 191

85. Peach Cobbler 192
86. Red Velvet kaka 194
87. Brauðbúðingur með rommsósu 197
88. Blandaður berjaskógari með sykurkexi 199
89. Auðveldar sítrónustangir 201
90. Eggjakrem 203
91. Sætkartöflubaka 205
92. Gamaldags súrmjólkurbaka 208
93. Súrmjólkursúkkulaðikaka 210
94. L emon kókoshnetukaka 212
95. Sætkartöflusvampkaka 214
96. Praline Bundt kaka 216
97. Ostakaka með ananas á hvolfi 219
98. Hrísgrjónabúðingur 222
99. Fa mily Bananabúðingur 224
100. Krabbi, rækjur og humarpottbaka 227

NIÐURSTAÐA 229

KYNNING

Verið velkomin í „FORNA ELDHÚSIN: ELDAÐA MEÐ TÍMANUM HÁLÆÐI", matreiðslumeistaraverk sem býður þér að leggja af stað í skynjunarferð um ríkulega veggteppi matreiðslusögunnar. Í heimi þar sem straumar koma og fara, er eitthvað tímalaust og djúpt við bragðið sem hefur staðist tímans tönn – bragðefni sem fléttast inn í efni sameiginlegrar matreiðsluarfleifðar okkar. Þessi matreiðslubók er ekki bara samansafn af uppskriftum; þetta er hátíð sagna, hefðuna og smekksins sem hefur verið varðveitt á kærleika og gengið í gegnum kynslóðir.

Þegar við stígum inn á svið „HILA ELDHÚSINS", sjáum fyrir okkur eldhús fyllt af hlátri, hvísli fjölskylduleyndarmála og ilminum sem flytur þig að hjarta ljúfra minninga. Hver uppskrift í þessu safni er til vitnis um seiglu hráefna sem hafa staðist tímans sandi og bera með sér sögur bændanna, matreiðslumannanna og kynslóða fjölskyldna sem hafa hlúið að og haldið uppi þessum matreiðslufjársjóðum. Í þessari matreiðslukönnun kafum við ofan í rætur bragðsins, opnum kjarna arfahráefnis sem hefur verið vandlega ræktað og afhent, oft frá fræi til fræs. Þetta er ekki bara matreiðslubók; þetta er yfirgripsmikil upplifun inn í heim matreiðsluarfsins, þar sem gullgerðarlist matreiðslu er listform sem tengir okkur við rætur okkar og hefðir sem skilgreina matreiðslu sjálfsmynd okkar.

Hvort sem þú ert reyndur kokkur eða nýliði í eldhúsi, þá er „FORNA ELDHÚSIN" leiðarvísir þinn til að elda af ásetningi og njóta dýptar bragðtegunda sem aðeins gömul hráefni geta boðið upp á. Vertu með mér í að enduruppgötva gleðina við að elda sem frásagnarathöfn, þar sem hver réttur er kafli í bókinni um matararfleifð okkar.

Svo, láttu ferðina hefjast - ferð í gegnum 100 ríka og bragðmikla rétti sem brúa bilið milli fortíðar og nútíðar og tengja okkur við smekkinn sem hefur mótað menningu okkar og samfélög. Megi eldhúsið þitt fyllast ekki bara af ilmi af kraumandi pottum heldur bergmáli sagna sem sagðar eru í gegnum tungumál matarins. Verið velkomin í eldhús þar sem gamalgróið hráefni er ekki bara hluti af uppskrift heldur ber hefð, bragð og varanlegan anda framúrskarandi matreiðslu.

MORGUNMATUR OG BRUNCH

1.Eggs Benedikt með laxi

Gerir: 8 skammta

Hráefni:
- 4 enskar muffins, skipt
- 1 pund reyktur lax
- 8 egg, soðin
- Hakkað fersk steinselja
- Grófur svartur pipar

FYRIR HOLLANDAISE SÓSTU :
- 1 eggjarauða
- 1 tsk ferskur sítrónusafi
- 1 matskeið vatn
- 1 bolli (2 prik) saltað smjör, brætt
- 2 strokur Tabasco sósa
- ½ tsk malaður hvítur pipar
- 1 tsk kosher salt

LEIÐBEININGAR

a) Settu ensku muffinsin á einstaka diska og settu síðan ¼ pund reyktan lax og soðið egg ofan á hvern þeirra. Sett til hliðar.

b) Bætið öllu hráefninu fyrir hollandaise sósuna í blandara og blandið síðan hráefnunum þar til það hefur blandast vel saman.

c) Dreypið hollandaise sósunni yfir öll eggin. Stráið steinselju og svörtum pipar yfir, berið fram og njótið!

2.Ristað Heirloom tómat Quiche

Gerir: 4 skammta

HRÁEFNI:
- 3 arfatómatar, fræhreinsaðir og þunnar sneiðar
- ½ (14,1 únsa) pakki af kældum bitaskorpum, færðar í stofuhita
- Hveiti
- 4 stór egg
- 1 bolli nýmjólk
- ½ bolli saxaður rauðlaukur (frá 1 litlum 6 aura lauk)
- 1 tsk kosher salt
- ¼ tsk hvítlauksduft
- ¼ tsk svartur pipar
- 5 aura Colby-Jack ostur, rifinn (um 1 ¼ bolli), skipt
- ¾ bolli soðið og mulið beikon (u.þ.b. 8 sneiðar), skipt
- Saxaður laukur

LEIÐBEININGAR:
a) Forhitaðu ofninn þinn í 350 ° F, settu grindina í neðri þriðjung ofnsins. Klæðið bökunarplötu með stórri brún með álpappír.
b) Leggðu tómatsneiðarnar í einu lagi á bökunarplötuna. Steikið þær í forhituðum ofni þar til þær verða ljósbrúnar brúnir, sem ætti að taka um 30 mínútur. Settu ristuðu tómatana til hliðar en haltu ofninum á.
c) Á meðan tómatarnir eru steiktir skaltu rúlla bökudeiginu út á hveitistráðu yfirborði þar til það myndar 12 tommu hring.
d) Settu útrúllaða deigið í ósmurða 9 tommu djúpbökuplötu, þrýstu því inn í botn og hliðar plötunnar. Brjótið allt umfram deig undir brúnirnar og krumpið þá að vild. Settu skorpuna í frysti þar til hún verður köld, um það bil 5 til 15 mínútur.
e) Í stórri skál, þeytið saman egg, mjólk, saxaðan rauðlauk, kosher salt, hvítlauksduft, svartan pipar, 1 bolla af rifnum osti og ½ bolli af mulnu beikoni þar til blandan hefur blandast vel saman.
f) Bakið kökuna við 350°F þar til fyllingin er stinn að hluta, sem ætti að taka um það bil 25 mínútur.
g) Takið kökuna varlega úr ofninum og raðið ristuðu tómatsneiðunum jafnt ofan á. Stráið hinum ¼ bolla af osti og ¼ bolla af beikoni yfir tómatana.

h) Settu kökuna aftur í 350°F ofninn og haltu áfram að baka þar til fyllingin er orðin full stíf og skorpan verður gullinbrún, um það bil 20 mínútur.
i) Látið deigið kólna aðeins á rist í um 30 mínútur. Skreytið með söxuðum lauk og berið fram á meðan hann er enn heitur.
j) Njóttu dýrindis Heirloom Tomato Quiche!

3.Bláberja maísbrauð vöfflur

Gerir: 4 TIL 6 skammta

Hráefni:
- 1½ bolli alhliða hveiti
- ½ bolli gult maísmjöl
- ¼ bolli kornsykur
- ½ tsk kosher salt
- 1½ tsk lyftiduft
- 1¼ bollar súrmjólk
- 2 egg, létt þeytt
- ½ bolli (1 stafur) ósaltað smjör, brætt
- ¾ bolli frosin bláber, þíða

LEIÐBEININGAR

a) Forhitaðu vöfflujárnið þitt.

b) Blandið saman hveiti, maísmjöli, sykri, salti og lyftidufti í stórri blöndunarskál. Blandið þurrefnunum saman þar til það hefur blandast vel saman.

c) Búið til litla brunn í miðju þurrefnanna. Bætið súrmjólkinni, eggjunum og bræddu smjörinu út í. Blandið saman með þeytara þar til það hefur blandast vel saman. Blandið síðan bláberjunum saman við deigið.

d) Sprayið vöfflujárnið með eldunarúða sem er ekki stafur. Setjið 1 til 1½ bolla af deigi á járnið og eldið þar til ytri hlutarnir eru orðnir fallegir og stökkir. Endurtaktu þar til það er ekki meira deig. Berið fram og njótið með uppáhalds álegginu þínu.

4.Bananahnetupönnukökur

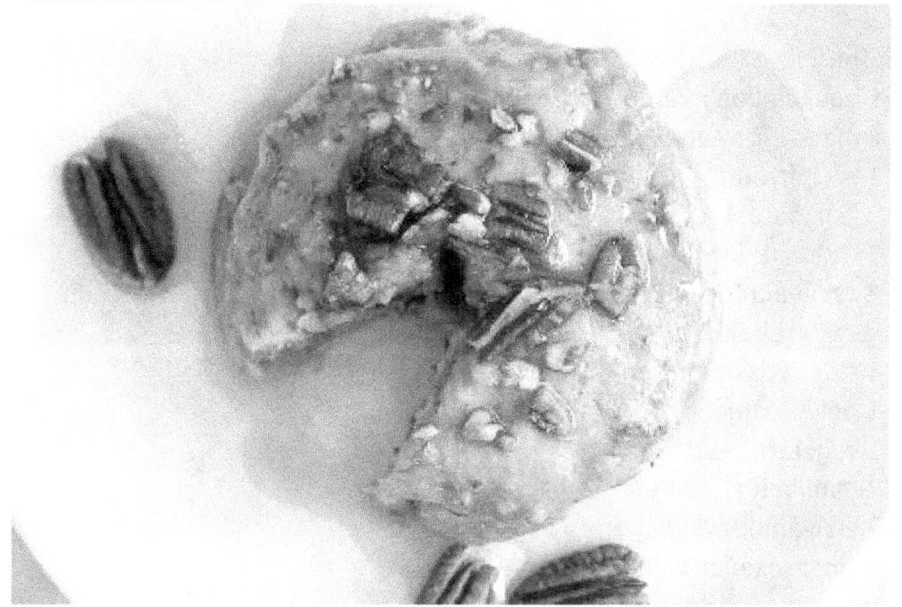

Gerir: 6 TIL 10 skammta

Hráefni:
- 1 bolli alhliða hveiti
- 2 matskeiðar dökk púðursykur
- 1 tsk lyftiduft
- ½ tsk matarsódi
- 1 tsk malaður kanill
- ½ tsk malaður múskat
- ½ tsk kosher salt
- 1 stór þroskaður banani, stappaður
- 1 bolli súrmjólk
- 1 egg, létt þeytt
- 2 matskeiðar ósaltað smjör, brætt
- 2 tsk vanilluþykkni
- ¼ bolli saxaðar pekanhnetur
- Jurtaolía, fyrir pönnuna

LEIÐBEININGAR

a) Blandið saman hveiti, sykri, lyftidufti, matarsóda, kanil, múskati og salti í stóra skál. Þeytið þar til allt hefur blandast vel saman og setjið síðan skálina til hliðar.

b) Næst, í sérstakri meðalstórri skál, blandið saman maukuðum banana, súrmjólk, eggi, bræddu smjöri og vanillu. Blandið innihaldsefnunum með handþeytara þar til það hefur verið blandað saman.

c) Búðu til lítinn brunn í miðju þurrefnanna og helltu blautu hráefnunum út í. Notaðu handþeytara til að blanda hráefnunum aftur. Stráið pekanhnetunum út í og blandið svo saman við deigið. Stilltu skálina til hliðar.

d) Smyrjið létt á meðalstóra pönnu og setjið hana yfir meðalhita. Þegar pönnuna er orðin heit skaltu hella um það bil ½ bolla af pönnukökudeiginu út í. Eldið þar til brúnirnar eru gullnar og loftbólur hafa myndast, um það bil 2 mínútur. Snúið pönnukökunni við og eldið í 2 mínútur í viðbót. Endurtaktu þar til það er ekki meira deig. Berið fram og njótið með uppáhalds álegginu þínu.

5.Fullkomið franskt ristað brauð

Gerir: 12 skammta

Hráefni:
- 3 egg
- 2 bollar nýmjólk
- 1 matskeið púðursykur
- 1 matskeið kornsykur
- 2 tsk vanilluþykkni
- 2 tsk malaður kanill
- ¼ tsk malaður múskat
- ¼ bolli ósaltað smjör, brætt
- 12 sneiðar franskt ristað brauð eða þykkt sneið brauð

LEIÐBEININGAR

a) Opnaðu eggin í stórri skál eða fati og þeyttu þau. Hellið mjólkinni út í og bætið sykrinum, vanillu, kanil og múskat út í. Hrærið til að blanda saman, hellið síðan bræddu smjöri út í og hrærið aftur.

b) Byrjaðu að bæta 1 til 2 brauðsneiðum í einu í mjólk-og-eggjablönduna. Látið hverja sneið vera í blautu blöndunni í um það bil 10 sekúndur.

c) Sprautaðu stóru pönnu eða pönnu með nonstick eldunarúða og settu það yfir meðalhita. Þegar pönnuna/grindin er orðin heit skaltu bæta brauðinu við 2 til 4 sneiðar í einu. Steikið hvora hlið brauðsins þar til það er fallegt og gullinbrúnt. Berið fram strax með smjöri, sírópi, flórsykri eða uppáhalds álegginu þínu.

6.Karamellu pecan kanilsnúðar

Gerir: 8 TIL 12 RÚLLUR

Hráefni:
FYRIR DEIGIÐ:
- ½ bolli heitt vatn
- 0,75 aura pakki (6¾ teskeiðar) fljótvirkt ger
- 2 matskeiðar auk 1 tsk kornsykur, skipt
- 5 aura uppgufuð mjólk, heit
- 5 matskeiðar jurtaolía, auk meira fyrir skálina
- 1 egg, þeytt
- 1 matskeið vanilluþykkni
- 1 tsk kosher salt
- 4½ bollar kökumjöl

FYRIR FYLLINGU:
- 1¼ bollar (2½ prik) ósaltað smjör, við stofuhita, auk meira til að smyrja
- ½ bolli púðursykur
- ¼ bolli kornsykur
- 1 tsk malaður kanill
- ½ tsk malaður múskat

FYRIR KRUN:
- 2 matskeiðar ósaltað smjör, við stofuhita
- 2 aura rjómaostur, við stofuhita
- 3 matskeiðar nýmjólk
- 2 tsk vanilluþykkni
- 3 bollar flórsykur

ÁFLYTTIR :
- ½ bolli saxaðar pekanhnetur
- ½ til ¾ bolli karamellusósa, keypt í búð

LEIÐBEININGAR

a) Hellið volgu vatni í stóra blöndunarskál eða skál hrærivélar og stráið síðan gerinu og 1 tsk af sykri yfir. Blandið þar til það hefur blandast vel saman og látið standa í um 7 mínútur eða þar til gerið freyðir.

b) Næst skaltu hella heitu uppgufuðu mjólkinni út í og hræra. Bætið jurtaolíu, eggi, vanillu, salti og hinum 2 msk sykri út í. Blandið innihaldsefnunum saman á lágum hraða með því að nota hand- eða standhrærivél með rófafestingunni.

c) Fjarlægðu blöndunarblaðið og settu deigkrókinn í staðinn. Með hrærivélinni á lágum hraða, byrjaðu hægt að bæta hveitinu út í, um ¼ bolli í einu. Þegar deigið hefur myndast skaltu taka það úr skálinni og setja til hliðar. Smyrjið skálina létt, setjið síðan deigið aftur í hana og hyljið með hreinu handklæði. Setjið deigið á hlýjan stað og látið standa í 1½ klukkustund.

d) Eftir að deigið hefur hvílt skaltu kýla í miðju deigsins til að fjarlægja loft. Takið deigið úr skálinni og setjið yfir á létt hveitistráða borðplötu. Fletjið deigið út með kökukefli.

e) Blandið saman smjöri, sykri, kanil og múskati í stórri skál. Blandið þar til það hefur blandast vel saman og skellið síðan smjörblöndunni ofan á deigið. Rúllið deiginu upp og skerið síðan í 8 til 12 rúllur.

f) Smyrjið 9 x 13 tommu bökunarform létt og bætið síðan rúllunum út í og látið vera tommu á milli hverrar og einnar. Leggðu hreint handklæði yfir fatið og láttu rúllurnar standa í 45 mínútur. Þegar tíminn er liðinn skaltu afhjúpa rúllurnar. Á þessum tímapunkti ættu rúllurnar að hafa aukist að stærð og ættu að vera að snerta.

g) Forhitaðu ofninn í 375 gráður F.

h) Bakið rúllurnar í 15 til 20 mínútur. Takið úr ofninum og látið kólna.

i) Blandið smjörinu og rjómaostinum saman í meðalstórri skál og blandið vel saman með handþeytara. Bætið mjólk og vanillu út í og hrærið saman. Bætið síðan flórsykrinum út í og blandið þar til rjómakennt.

j) Dreypið sleikju og karamellusósu yfir, stráið svo pekanhnetunum á rúllurnar, Berið fram og njótið!

7.Sætar kartöflukex

Gerir: 10 TIL 12 KEX

Hráefni:
- 2 bollar sjálfhækkandi hveiti
- 1 matskeið kornsykur
- ½ tsk rjómi af tartar
- ⅛ teskeið kosher salt
- ½ bolli (1 stafur) kalt ósaltað smjör, rifið (með osti raspi), auk meira til að toppa soðnu kexið
- ½ bolli sætar kartöflumús
- ¾ bolli súrmjólk, köld
- Jurtaolía, til smurningar

LEIÐBEININGAR

a) Forhitaðu ofninn í 400 gráður F.
b) Blandið saman hveiti, sykri, vínsteinsrjóma og salti í stórri hrærivélarskál eða skálinni með hrærivél. Sigtið eða þeytið hráefnin þar til þau hafa blandast vel saman. Bætið smjörinu og sætu kartöflumúsinni út í og blandið á miðlungshraða með handþeytara eða hrærivél í um það bil 2 mínútur. Byrjaðu að hella súrmjólkinni rólega út í með hrærivélinni á meðalhraða. Blandið þar til það er blandað saman.
c) Þegar deigið hefur myndast, takið það úr skálinni og fletjið það aðeins út (passið að það sé um 1½ tommur þykkt) á létt hveitistráðu yfirborði með kökukefli. Skerið deigið í 10 eða 12 bita.
d) Smyrjið létt á 9 x 13 tommu bökunarform og setjið kexið í fatið, látið lítið bil vera á milli hverrar kex. Setjið kexið í kæliskápinn í 10 mínútur til að deigið verði gott og kalt.
e) Taktu úr kæli og bakaðu kexið í 12 til 15 mínútur, eða þar til þau byrja að brúnast. Þegar búið er að pensla smjör ofan á kexið á meðan þau eru enn heit. Berið fram og njótið!

8.Rækjur, Andouille pylsa og grjón

Gerir: 4 skammta

Hráefni:
- 3 bollar vatn
- 2 tsk kosher salt
- ¾ bolli hraðkorn
- 2 matskeiðar extra virgin ólífuolía
- ½ pund andouille pylsa, skorin í
- ½ tommu þykkar sneiðar
- ½ pund stórar hráar rækjur, afhýddar og afvegaðar
- 1 tsk hakkaður hvítlaukur
- ¼ bolli saxaður grænn laukur, auk meira til að skreyta
- 2 tsk Cajun krydd
- ½ tsk malaður svartur pipar
- 3 matskeiðar saltað smjör

LEIÐBEININGAR

a) Í miðlungs potti við háan hita, hellið vatni og salti út í. Þegar vökvinn byrjar að sjóða skaltu strax minnka hitann í miðlungs. Hrærið vökvann og stráið grjónunum smám saman yfir. Látið grjónin sjóða þar til þau þykkna og verða góð og rjómalöguð (venjulega 30 til 35 mínútur), og vertu viss um að hræra oft.

b) Á meðan grjónin eru að eldast skaltu grípa pönnu og hella ólífuolíu yfir. Hitið olíuna yfir meðalháan hita og hellið svo andouille pylsunni út í. Eldið í 5 til 7 mínútur, eða þar til það brúnast, hentu síðan rækjunum, hvítlauknum og grænlauknum út í. Stráið Cajun kryddinu og svörtum pipar yfir.

c) Eldið í 5 mínútur í viðbót, slökkvið síðan á hitanum. Þegar grjónin hafa þykknað, bætið þá smjörinu út í og hrærið.

d) Settu grjónin á borðið og bættu síðan pylsunni, rækjunum og lauknum ofan á. Skreytið með auka grænum lauk.

9.Brisket Hash

Gerir: 6 skammta

Hráefni:
- 6 ræmur þykkskorið beikon
- ¼ bolli jurtaolía
- 2¾ bollar frosið kjötkássa, þíða
- 1 meðalstór rauð paprika, skorin í teninga
- 1 stór gulur laukur, skorinn í teninga
- 2 bollar saxaðar nautabringur
- 1 tsk hvítlauksduft
- 1 tsk kosher salt
- ½ tsk malaður svartur pipar
- ¼ bolli saxaður grænn laukur

LEIÐBEININGAR

a) Setjið stóra pönnu yfir meðalhita og bætið síðan beikoninu út í. Eldið beikonið í um það bil 5 mínútur, eða þar til það er orðið gott og stökkt. Fjarlægðu beikonið af pönnunni en skildu eftir fituna. Settu beikonið til hliðar til að kólna.

b) Bætið jurtaolíunni á pönnuna og látið það hitna yfir meðalhita. Þegar olían er orðin góð og heit, bætið þá kjötkássa út í. Eldið kartöflurnar þar til þær eru gylltar og mjúkar, venjulega um 7 mínútur.

c) Bætið paprikunni og lauknum út í. Eldið í 5 mínútur. Hellið svo söxuðu nautabringunum út í og stráið hvítlauksduftinu yfir, salti og pipar. Hrærið hráefninu og látið malla í 7 mínútur í viðbót.

d) Myljið beikonið sem þú eldaðir áðan og hentu því í pönnu ásamt grænlauknum. Blandið innihaldsefnunum saman og slökkvið á hitanum. Berið fram og njótið með uppáhalds morgunverðarhliðunum þínum.

10.Cajun morgunmatur Burritos

Gerir: 6 skammta

Hráefni:
- 2 matskeiðar jurtaolía
- 1 pund andouille pylsa, skorin í teninga
- 1 bolli frosið kjötkássa, þíða
- 1 stór rauð paprika, skorin í teninga
- ½ meðalstór rauðlaukur, sneiddur
- 7 egg, þeytt
- ½ bolli rifinn cheddar ostur
- ½ bolli rifinn pepper jack ostur
- 6 stórar hveiti tortillur, heitar

LEIÐBEININGAR
a) Setjið stóra nonstick eða vel kryddaða steypujárnspönnu yfir miðlungshita og hellið jurtaolíunni yfir. Þegar olían er orðin heit skaltu henda pylsunni á pönnuna og elda þar til hún er aðeins brún.
b) Næst skaltu bæta kjötkássa, papriku og lauk út í. Eldið allt í 4 til 5 mínútur, eða þar til það er mjúkt. Takið hráefnin af pönnunni.
c) Hellið eggjunum á sömu pönnu og eldið að tilætluðum sköpum, takið síðan eggin af pönnunni. Slökktu á hitanum.
d) Í stórri skál, blandið eggjunum saman við hitt hráefnið. Stráið ostinum yfir og hrærið.
e) Leggið volgu tortillurnar á sléttan flöt og bætið ½ bolli af fyllingunni ofan á hverja. Rúllið upp tortillunum, berið fram og njótið!
f) Til að hita upp skaltu þíða burritos og hita síðan upp í ofni við 350 gráður F í 10 til 15 mínútur.

11.Rækju- og krabbaeggjakaka

Gerir: 1 skammt

Hráefni:
- 4 egg
- 3 matskeiðar þungur rjómi
- Kosher salt og svartur pipar, eftir smekk
- 1 matskeið ólífuolía
- ¼ bolli sneiddir sveppir
- ¼ bolli ferskt spínat
- ¼ bolli soðið rækjukjöt
- ¼ bolli krabbakjöt
- ¼ bolli rifinn Havarti ostur

LEIÐBEININGAR

a) Blandið saman eggjunum og þungum rjómanum í lítilli blöndunarskál og þeytið þar til það hefur blandast vel saman. Stráið salti og pipar yfir og blandið saman. Sett til hliðar.

b) Hellið ólífuolíunni á stóra pönnu yfir meðalhita. Þegar olían er orðin heit skaltu henda sveppunum og spínatinu á pönnuna og elda þar til það er mjúkt. Takið af pönnunni og setjið til hliðar.

c) Hellið eggjunum út í og eldið í 2 mínútur. Stráið rækjum, krabba, osti, sveppum og spínati yfir. Brjótið eggjakökuna í tvennt og eldið í 2 mínútur í viðbót, takið síðan af pönnunni. Berið fram og njótið!

12. Rjómalöguð Cheesy Grits

Gerir: 4 TIL 6 skammta

Hráefni:
- 3 bollar vatn
- ½ bolli þungur rjómi
- 1 bolli hraðkorn
- 4 matskeiðar saltað smjör
- 1 tsk kosher salt
- ½ tsk malaður svartur pipar
- ½ bolli rifinn rjómalögaður Havarti ostur
- ½ bolli rifinn skarpur cheddar ostur

LEIÐBEININGAR

a) Í meðalstórum potti við háan hita, hellið vatni og þungum rjóma út í. Þegar það hefur náð fullum suðu, stráið grjónunum yfir og þeytið. Lækkið hitann í miðlungs lágt og eldið í 30 til 35 mínútur, hrærið af og til til að koma í veg fyrir kekki.

b) Bætið smjörinu út í og stráið salti, pipar og osti yfir. Hrærið þar til allt er orðið gott og rjómakennt og vel blandað saman. Slökktu á hitanum og berðu svo fram með uppáhalds morgunverðarréttunum þínum.

SNILLINGAR OG FORréttir

13.Rækjurennibrautir

Gerir: 12 skammta

Hráefni:
- 1½ pund júmbó hrá rækja, afhýdd og afveguð, skipt
- ¼ bolli saxaður grænn laukur
- 1 tsk hakkaður hvítlaukur
- 1½ tsk kreólakrydd
- ½ tsk malaður svartur pipar
- 2 egg, létt þeytt
- ½ bolli alhliða hveiti
- ½ bolli jurtaolía, til steikingar
- 12 rennabollur

LEIÐBEININGAR

a) Kasta um það bil þremur fjórðu af rækjunni í blandara eða matvinnsluvél og púlsa þar til rækjan er vel maluð. Setjið malaða rækjuna í stóra blöndunarskál.

b) Skerið afganginn af rækjunni í litla bita og hentu henni í skálina með möluðu rækjunni. Bætið við grænum lauk, hvítlauk, Creole kryddi og svörtum pipar. Blandið vel saman.

c) Hellið þeyttum eggjunum út í og notið hendurnar eða eldhúsáhöld til að blanda saman. Stráið hveitinu yfir og blandið þar til það hefur blandast vel saman.

d) Mótið 12 kökur úr rækjublöndunni og setjið til hliðar.

e) Dreypið jurtaolíu í stóra pönnu yfir miðlungshita. Þegar olían er orðin heit skaltu byrja að bæta rækjunum út í, 3 til 4 kökur í einu. Steikið hvora hlið í 5 mínútur þar til þær eru gullinbrúnar.

f) Settu rækjubollurnar á rennibollurnar og leyfðu gestum að bæta við áleggjinu sem þeir vilja.

14. Kreóla eggjarúllur úr svínakjöti og rækjum

Gerir: 12 skammta

Hráefni:
- ½ pund svínakjöt
- ¼ bolli saxaður rauðlaukur
- 2 matskeiðar niðurskorin græn paprika
- 1 tsk hakkaður hvítlaukur
- 2½ tsk kreólakrydd
- ½ pund miðlungs hrá rækja, afhýdd, afveguð og gróft hakkað
- 1 pakki af eggjarúlluumbúðum
- 1 egg, þeytt, til að loka rúllunum
- 2 bollar jurtaolía, til djúpsteikingar

LEIÐBEININGAR

a) Brúnið svínakjötið á stórri pönnu yfir meðalhita. Þegar það hefur verið brúnað, hellið fitunni af pönnunni í krukku og fargið.

b) Bætið við lauknum, paprikunni, hvítlauknum og kreólakryddinu. Eldið þar til laukurinn og paprikan eru mjúk, bætið síðan rækjunum út í og eldið í 2 mínútur í viðbót. Slökktu á hitanum.

c) Leggið eggjarúlluumbúðirnar á sléttan flöt, bætið fyllingunni ofan á og rúllið síðan . Penslið egg á saumana til að hjálpa til við að loka rúllunum.

d) Hellið jurtaolíu í djúpsteikingarpott eða djúpsteikingarpönnu. Djúpsteikið eggjarúllurnar þar til þær eru orðnar fallegar og gullnar.

e) Látið kólna á vírgrind og berið svo fram með uppáhalds dýfingarsósunni þinni.

15. Steiktir sítrónupiparvængir

Gerir: 4 skammta

Hráefni:
- ¼ bolli sítrónusafi
- 2 pund kjúklingavængir
- 2 tsk hvítlauksduft, skipt
- 2 tsk laukduft, skipt
- 1 tsk Old Bay krydd
- 1½ bolli alhliða hveiti
- 2 tsk sítrónupipar
- 1 tsk þurrkaðar steinseljuflögur (valfrjálst)
- 2 bollar jurtaolía, til djúpsteikingar

LEIÐBEININGAR

a) Í stórri blöndunarskál, hellið sítrónusafanum yfir kjúklinginn, kryddið síðan kjúklinginn með 1 tsk af hvítlauksduftinu, 1 tsk af laukduftinu og Old Bay kryddinu. Notaðu hendurnar til að henda kjúklingnum og vertu viss um að hann sé vel húðaður með kryddi.

b) Í meðalstórri skál skaltu bæta hveitinu, 1 tsk hvítlauksdufti sem eftir er og 1 tsk laukduft, sítrónupipar og steinseljuflögur út í. Notaðu hendurnar eða áhöld til að tryggja að kryddið dreifist vel um hveitið. Hjúpið kjúklingavængina með kryddðu hveitinu og setjið til hliðar á disk.

c) Í djúpsteikingarpottinum eða pönnu skaltu hella olíunni út í. Hitið olíuna í 350 til 360 gráður F. Setjið kjúklinginn í heita olíuna og steikið þar til hann er gullinn. Til að tryggja að það sé tilbúið skaltu stinga kjúklingnum niður að beininu með litlum hníf eða gaffli. Ef ekkert blóð sést er kjúklingurinn búinn .

d) Settu kjúklinginn á pappírsklædda ofnplötu eða plötu í 2 mínútur til að kólna aðeins. Berið fram með sítrónubátum eða uppáhalds dýfingarsósunum þínum.

16. Quattro Formaggi hamborgarar með heirloom gulrótum

Gerir: 4
HRÁEFNI:
- ½ bolli (125 ml) mjólk
- 2 sneiðar (80g) hvítt súrdeigsbrauð, skorpan fjarlægð
- 700 g gott nautahakk
- 100 g flís, snyrtur, smátt saxaður
- 1 egg, létt þeytt
- 2 matskeiðar fínt saxaður graslaukur
- 1 vorlaukur, snyrtur, saxaður smátt
- ¼ tsk malaður múskat
- ¼ bolli (20g) rifinn parmesan
- ¼ bolli (20g) rifinn pecorino
- 4 sneiðar fontina ostur
- 4 sneiðar Manchego ostur
- 4 brioche hamborgarabollur, létt ristaðar
- 1 baby cos salat, blöð aðskilin
- 265 g stórir arfatómatar, þykkir sneiðar
- Súrsneidd gúrka, grillsósa og heitar franskar til að bera fram

LEIÐBEININGAR:

a) Setjið mjólk í miðlungs skál. Bætið brauði út í og látið liggja í bleyti í 5 mínútur. Kreistu brauðið varlega og fargið umframmjólkinni.

b) Flyttu bleytu brauðinu yfir í stóra skál ásamt nautahakkinu, smátt skornum flekki, þeyttu eggi, smátt söxuðum graslauk, smátt skornum vorlauk, möluðum múskati, rifnum parmesan og rifnum pecorino.

c) Kryddið blönduna með salti og pipar. Notaðu hendurnar og hrærðu til að sameina öll innihaldsefnin. Skiptið blöndunni í fjórar hamborgarabökur. Setjið þær á disk, hyljið þær og kælið í 30 mínútur til að þétta þær.

d) Hitið grillpönnu eða non-stick hleðslugrillpönnu yfir meðalháum hita.

e) Steikið hamborgarabökurnar í 4-5 mínútur á hvorri hlið þar til þær eru soðnar að vild. Toppið hverja patty með sneið af fontina og sneið af Manchego. Lokið þeim með loki í 1 mínútu til að leyfa afgangshitanum að bræða ostinn.

SAMLAÐU HAMMORGARANUM:

f) Smyrjið grillsósu á botninn á hverri bollu. Síðan er salat, hamborgarabökur, þykk sneiðar tómatar og súrum gúrkum sett ofan á. Hyljið með bollulokunum. Berið fram með heitum flögum.

g) Njóttu ljúffengra, hlaðna Quattro Formaggi (fjögurra osta) hamborgara, sérstaklega þegar þeir eru paraðir með þurru rósa!

17.Krydduð maísdýfa

Gerir: 6 skammta

Hráefni:
- 1 matskeið extra virgin ólífuolía
- ½ pund sterk ítölsk pylsa
- 1 meðalstór rauðlaukur, sneiddur
- 1 stór rauð paprika, skorin í teninga
- 1 bolli sýrður rjómi
- 4 aura rjómaostur, við stofuhita
- 4 bollar frosinn maís, þiðnið
- ½ bolli saxaður grænn laukur
- 1 stór jalapeño, skorinn í teninga
- 4 hvítlauksgeirar, saxaðir
- 1 matskeið saxað kóríander
- 2 tsk kreóla krydd
- 1 tsk malaður svartur pipar
- 1 bolli rifinn skarpur cheddar ostur, skipt
- 1 bolli rifinn Colby Jack ostur, skipt
- Jurtaolía, til smurningar

LEIÐBEININGAR

a) Forhitaðu ofninn í 350 gráður F.

b) Hitið olíuna á stórri pönnu yfir meðalhita. Bætið ítölsku pylsunni út í og eldið þar til hún er brún. Hellið lauknum og paprikunni út í. Eldið þar til þær mýkjast.

c) Bætið við sýrða rjómanum og rjómaostinum. Hrærið þar til það hefur blandast vel saman, bætið síðan við maís, grænum lauk, jalapeño, hvítlauk og kóríander. Haltu áfram að hræra hráefninu þar til allt er vel blandað saman. Stráið Creole kryddinu yfir, svörtum pipar, ½ bolla af cheddar og ½ bolla af Colby Jack ostinum. Blandið vel saman.

d) Smyrjið bökunarform létt og bætið síðan maísblöndunni út í. Setjið afganginn af ostinum ofan á og bakið, án loks, í 20 mínútur. Kælið aðeins áður en það er borið fram.

18.Þorskur, Ahi og Heirloom Tomato Ceviche

Gerir: 4 skammta

HRÁEFNI:
- 1 stór rauðlaukur, fínt saxaður
- 3 LG jalapeños, fræhreinsaðar og söxaðar
- 2 gulir strákatómatar, saxaðir
- 2 Brandywine tómatar, saxaðir
- ¾ pund 51-60 telja soðnar rækjur afhýddar og skottið af
- 2 matskeiðar saxaður hvítlaukur
- 1 búnt af kóríander, saxað
- 1 tsk kúmen
- 1 tsk chili duft
- 2 matskeiðar kosher salt eftir smekk
- Safi úr 4 stórum lime
- 1 ½ pund. þorsklanga, skorinn í hæfilega bita
- 4 aura ahi túnfiskfile, skorinn í hæfilega stóra bita
- Álegg
- Rifinn cheddar ostur
- Rifinn cotija ostur
- Sterk sósa
- Tostada skeljar

LEIÐBEININGAR:
a) Blandið báðum fisktegundum og limesafa saman í skál. Geymið í kæli í hálftíma. Hrærið oft
b) Blandið saman restinni af hráefnunum nema álegginu í annarri stórri skál. Hrærið vel saman.
c) Eftir hálftíma ætti fiskurinn að vera ógagnsær. Blandið saman í aðra skál þar á meðal safa. Hrærið vel saman. Kælið í hálftíma.
d) Hrærið vel aftur. Plataðu tostada skel. Toppur með ceviche. Bætið við cheddar og cotija . Dreypið heitri sósu yfir. Berið fram strax. Njóttu.

19.Crab Deviled egg með beikoni

Gerir: 14 skammta

Hráefni:
- 7 harðsoðin egg
- ⅓ bolli majónesi
- 1 tsk gult sinnep
- 6 únsur soðið krabbakjöt, auk meira til að skreyta
- 1 matskeið dill bragð
- 1 matskeið hakkað laukur
- 1 tsk hakkaður hvítlaukur
- 1½ tsk Old Bay krydd
- 5 sneiðar soðið beikon, saxað
- Hakkað fersk steinselja (valfrjálst)

LEIÐBEININGAR

a) Afhýðið eggin, skerið síðan eggin langsum. Skerið eggjarauðurnar úr og setjið þær í meðalstóra blöndunarskál. Maukið eggjarauðurnar með gaffli þar til þær eru orðnar fallegar og kremkenndar. Bætið majónesi og sinnepi út í og blandið þar til það hefur blandast vel saman. Sett til hliðar.

b) krabbakjötið varlega í gegnum klumpinn til að ganga úr skugga um að það séu engar skeljar. Bætið síðan krabbakjötinu út í eggjarauðublönduna, fylgt eftir með bragðinu, lauknum, hvítlauknum og Old Bay kryddinu. Blandið hráefninu saman.

c) Fylltu eggin með blöndunni, toppaðu síðan með sneiðum beikoni og steinseljunni. Skreytið með auka krabba.

20. Buffalo kalkúnavængir með gráðostadressingu

Gerir: 4 skammta

Hráefni:
- Jurtaolía, til smurningar
- 1 matskeið kryddsalt
- 1 matskeið hvítlauksduft
- 1 matskeið laukduft
- 1 matskeið paprika
- 1½ tsk malaður svartur pipar
- 1 tsk sellerísalt
- 2 pund kalkúnavængir, flatir og trommur aðskildar
- 3 matskeiðar ólífuolía
- ¼ bolli saltað smjör, brætt
- ½ bolli heit sósa
- Gráðostadressing

LEIÐBEININGAR
a) Forhitaðu ofninn í 325 gráður F, og smyrðu létt 9 x 13 tommu bökunarform.
b) Blandið saman kryddsalti, hvítlauksdufti, laukdufti, papriku, svörtum pipar og sellerísalti í lítilli skál. Blandið vel saman og setjið síðan til hliðar.
c) Setjið kalkúnavængina í bökunarformið og dreypið ólífuolíu yfir þá. Nuddaðu olíunni yfir alla vængina til að tryggja að þeir séu vel húðaðir. Stráið kryddblöndunni yfir alla fram- og bakhlið vænganna.
d) Hyljið bökunarformið með álpappír og bakið í 1 klukkustund og 35 mínútur. Taktu síðan úr ofninum, þeyttu vængina með ofndropa og settu til hliðar.
e) Blandið bræddu smjöri og heitri sósu saman. Blandið vel saman og hellið svo yfir alla vængina. Settu vængina aftur inn í ofninn án loks og bakaðu í 1 klukkustund og 30 mínútur í viðbót.
f) Takið úr ofninum. Berið fram með gráðostadressingunni fyrir gesti til að nota sem ídýfu.

21.Hlaðin bökuð kartöfludýfa

Gerir: 8 TIL 10 skammta

Hráefni:
- 7 júmbó bökunarkartöflur
- 1½ bolli sýrður rjómi
- ½ bolli (1 stafur) saltað smjör, mildað
- 4 aura rjómaostur
- 2 bollar rifinn cheddar ostur, skipt
- 8 sneiðar þykkskorið beikon, soðið og mulið, skipt
- ½ bolli saxaður grænn laukur, skipt
- 2 tsk hvítlauksduft
- 2 tsk kosher salt
- 1 tsk malaður svartur pipar
- Jurtaolía, til smurningar

LEIÐBEININGAR

a) Forhitaðu ofninn í 375 gráður F. Á meðan ofninn er að hitna skaltu þvo og skrúbba kartöflurnar undir köldu vatni.

b) Setjið kartöflurnar í eldfast mót og bakið í um 65 mínútur, takið síðan úr ofninum. Látið kartöflurnar kólna. Lækkaðu ofnhitann í 350 gráður F.

c) Byrjaðu að ausa kjötið af kartöflunum í stórri blöndunarskál. Bætið sýrða rjómanum, smjörinu og rjómaostinum saman við og blandið þar til það hefur blandast vel saman. Stráið 1 bolla af rifnum osti yfir, helminginn af mulnu beikoninu og öllu nema 1 matskeið af grænlauknum. Hrærið saman og bætið síðan hvítlauksduftinu, salti og pipar út í. Blandið hráefninu saman.

d) Olía létt á 9 x 13 tommu bökunarform. Bætið kartöflublöndunni út í og sléttið hana út. Stráið restinni af ostinum, afganginum af beikoninu og afganginum af grænlauknum ofan á ídýfuna.

e) Bakið í ofni, án loks, í 30 mínútur. Berið fram með uppáhalds flögum þínum.

22.Næpa og sinnepsgræn með saltsvínakjöti

Gerir: 8 TIL 10 skammta

Hráefni:
- 12 aura salt svínakjöt, sneið
- 1 meðalstór gulur laukur, skorinn í teninga
- 10 til 12 bollar grænmetissoð
- 3 knippi sinnepsgrænmetis, hreinsað og skorið
- 6 knippi rófu, hreinsuð og skorin
- 2 tsk kryddsalt
- 1 tsk grófur svartur pipar
- 1 tsk rauð paprika flögur
- 1 matskeið púðursykur
- 2 meðalstórar rófur, skrældar og saxaðar

LEIÐBEININGAR

a) Í stórum potti yfir miðlungshita, bætið við salt svínakjötssneiðunum. Eldið í 5 til 7 mínútur, eða þar til það brúnast, bætið síðan lauknum út í. Eldið í 2 mínútur í viðbót.

b) Hellið grænmetissoðinu út í og byrjið rólega að bæta grænmetinu út í. Þegar allt grænmetið er komið í pottinn, stráið kryddsalti, svörtum pipar og rauðum piparflögum yfir. Hrærið vel í öllu og bætið sykrinum út í.

c) Lækkið hitann í miðlungs lágan, setjið lok ofan á pottinn og látið grænmetið malla í um það bil 1½ klukkustund.

d) Eftir að tíminn er liðinn er söxuðum rófum bætt út í og soðið í 30 mínútur í viðbót. Berið fram með maísbrauði.

23. Hörflögur Nachos með Heirloom Tomato Salsa

Gerir: 4 skammta

Hráefni:
- 1 uppskrift af söltuðum hörflögum
- 1 uppskrift Taco hnetukjöt
- 1 uppskrift Chipotle ostur
- 1 uppskrift Heirloom Tomato Salsa
- 1 þroskað avókadó, skorið í sundur og skorið í teninga

LEIÐBEININGAR

a) Settu nachosið þitt saman með því að setja Salted Flax Chips á framreiðsludisk.
b) Toppið með taco kjötinu, osti, salsa og avókadó.
c) Njóttu strax.

24.Steikt hvítkál með reyktum kalkún

Gerir: 6 skammta

Hráefni:
- 8 bollar kjúklingasoð
- 1 stór reyktur kalkúnavængur
- 2 matskeiðar extra virgin ólífuolía 1 stór gulur laukur, skorinn í teninga
- 1 stórt haus af grænkáli, skolað, saxað og ytri laufum fargað
- 2 tsk kryddsalt
- ½ tsk malaður svartur pipar
- ½ tsk rauðar piparflögur

LEIÐBEININGAR

a) Í stórum potti yfir háum hita, bætið kjúklingasoðinu og reyktum kalkúnavængi saman við. Lokið pottinum með loki og látið kalkúnavænginn sjóða þar til hann byrjar að detta af beininu, venjulega um 45 mínútur.

b) Í meðalstórri pönnu yfir miðlungshita, hellið ólífuolíu út í. Bætið lauknum út í og eldið þar til hann er meyr, um það bil 3 mínútur. Slökktu á hitanum og settu síðan til hliðar.

c) Takið lokið af pottinum með kalkúnavængnum og bætið kálinu og lauknum út í. Stráið salti, pipar og rauðum piparflögum yfir. Hrærið. Eldið kálið í um það bil 20 mínútur, eða þar til það nær því mýkt sem þú vilt.

25.Lamb og Harissa hamborgarar með heirloom gulrótum

Gerir: 4 skammta

HRÁEFNI:
- 500 g lambahakk
- 2 matskeiðar harissa mauk
- 1 matskeið kúmenfræ
- 2 búntir af arfagulrótum
- ½ búnt mynta, blöð tínd
- 1 matskeið rauðvínsedik
- 80g rauður Leicester ostur, gróft rifinn
- 4 brioche-bollur með fræ, skiptar
- ⅓ bolli (65g) kotasæla

LEIÐBEININGAR:
a) Klæðið bökunarplötu með bökunarpappír. Setjið hakkið í skál og kryddið ríkulega. Bætið 1 msk harissa út í og blandið vel saman með hreinum höndum.
b) Mótaðu lambakjötsblönduna í 4 kökur og stráðu kúmenfræjum yfir. Setjið á tilbúna bakka, hyljið og kælið þar til þörf er á (komið með kökurnar að stofuhita áður en þær eru eldaðar).
c) Á meðan skaltu sameina gulrót, myntu og edik í skál og setja til hliðar til að súrsa aðeins.
d) Hitið grillpönnu eða grillpönnu að meðalháum hita. Grillið kökurnar í 4-5 mínútur á hvorri hlið eða þar til góð skorpa myndast. Toppið með osti, hyljið síðan (notið álpappír ef þú notar grillpönnu) og eldið, án þess að snúa við, í 3 mínútur til viðbótar eða þar til osturinn hefur bráðnað og kökurnar eru soðnar í gegn.
e) Grillið brioche bollur, með skurðhliðinni niður, í 30 sekúndur eða þar til þær eru létt ristaðar. Skiptið kotasælunni á bollubotnana og toppið með súrsuðu gulrótarblöndunni.
f) Bætið kökum saman og 1 msk harissa sem eftir er. Setjið lokin á, kreistið þannig að harissan leki niður hliðarnar og festist inni.

26.Steiktar súrum gúrkum

Gerir: 4 skammta

Hráefni:
- 1 (16 aura) krukka af dilli súrum gúrkum, tæmd
- 1 bolli gult maísmjöl
- 1 bolli sjálfhækkandi hveiti
- 1 tsk kryddsalt
- ½ tsk malaður svartur pipar
- ½ tsk paprika
- ½ tsk cayenne pipar
- 2 egg, þeytt
- ¾ bolli jurtaolía, til steikingar

LEIÐBEININGAR

a) Þurrkaðu súrsuðu flögurnar og settu þær síðan á bökunarpappírsklædda ofnplötu.

b) Blandið saman maísmjöli, hveiti, kryddsalti, svörtum pipar, papriku og cayenne í stóra skál. Blandið þar til það hefur blandast vel saman.

c) Hjúpaðu súrsuðu flögurnar með eggjunum með því að dýfa þeim í. Vertu viss um að hrista allt umframmagn af . Hendið síðan súrum gúrkum í hveitiblönduna og passið að þeir séu vel húðaðir . Hristið umfram hveitið af og setjið flögurnar aftur á bökunarplötuna.

d) Hitið jurtaolíuna í um það bil 350 gráður á stórri pönnu. Bætið súrum gúrkum í og passið að yfirfylla ekki pönnuna. Steikið flögurnar þar til þær eru orðnar fallegar og gullnar, 2 til 3 mínútur.

e) Fjarlægðu flögurnar úr olíunni með sleif og láttu kólna á grind. Berið fram með uppáhalds dýfingarsósunni þinni.

27.Laxakrókettur

Gerir: 6 skammta

Hráefni:
- 1 (14,75 aura) dós lax, tæmd
- 1 lítill laukur, skorinn í teninga
- 1 egg
- ½ bolli þurrkaðir þurrkaðir brauðrasp
- 1½ tsk hvítlauksduft
- 1 tsk kryddsalt
- 1 tsk sítrónusafi
- ½ tsk malaður svartur pipar
- ½ bolli jurtaolía

LEIÐBEININGAR

a) brauðmylsnu , hvítlauksdufti, kryddsalti, sítrónusafa og svörtum pipar í stóra blöndunarskál . Blandið hráefnunum þar til allt er vel blandað saman. Mótið laxablönduna í bökunarbollur og setjið síðan til hliðar.

b) Hellið olíunni út í á stórri pönnu yfir meðalhita. Þegar olían er orðin heit, bætið við nokkrum kökum og steikið í um 5 mínútur á hvorri hlið þar til þær eru fallegar og gullnar. Berið fram og njótið í morgunmat, hádegismat eða kvöldmat!

28.Paprika fyllt með sjávarfangi

Gerir: 6 skammta

Hráefni:
- 2 matskeiðar jurtaolía, auk meira til að smyrja
- 3 stórar grænar paprikur, helmingaðar langsum og fræ fjarlægð
- 6 aura búðarkeypt maísbrauðsdressing blanda, ókryddað
- ⅔ bolli saxaður grænn laukur
- ½ bolli krabbakjöt, soðið
- ½ bolli rækjukjöt, soðið
- 1 egg
- 1½ tsk kreólakrydd
- 1 tsk hakkaður hvítlaukur
- 4 matskeiðar saltað smjör, brætt
- 2 bollar sjávarfang eða kjúklingakraftur

LEIÐBEININGAR

a)   Forhitaðu ofninn í 350 gráður F. Olía létt á 9 x 13 tommu bökunarform og settu paprikurnar í fatið. Hellið olíunni yfir paprikuna, setjið bökunarformið inn í ofninn og eldið þar til þær eru aðeins brúnar. Takið paprikuna úr ofninum og setjið til hliðar.

b)   Í stórri skál, blandaðu saman dressingu, grænum lauk, krabba, rækjum, eggi, kreólakryddi og hvítlauk. Blandið þar til allt hefur blandast vel saman , bætið síðan bræddu smjöri og soðinu út í. Hrærið í blöndunni og látið standa í 10 mínútur svo að maísbrauðsdressingin geti tekið í sig öll bragðið.

c)   Raðið paprikunum með andlitinu upp í bökunarformið og fyllið þær með sjávarréttadressingunni. Setjið paprikurnar í ofninn og eldið í 30 til 35 mínútur. Látið kólna áður en það er borið fram.

29.Churros með Hibiscus-Engifersykri

Gerir: Um 15 churros

Hráefni:
CHURRO DEIGT:
- ½ bolli vatn
- ½ bolli nýmjólk eða haframjólk
- ¼ bolli reyrsykur eða kornsykur
- ½ bolli (1 stafur) ósaltað smjör
- 1 bolli Heirloom Yellow Corn Masa Harina
- 1 tsk kosher salt
- ½ tsk malaður kanill (má sleppa)
- 2 stór egg
- 2 tsk vanilluþykkni
- Vínberja- eða jurtaolía, til steikingar

HIBISCUS ENGIFERSSYKURHÚÐ:
- 1 bolli kornsykur
- 2 matskeiðar hibiscus duft (úr heilum þurrkuðum blómum, malað í blandara eða matvinnsluvél)
- 1 ½ tsk malað engifer

LEIÐBEININGAR:
a) Í stórri hrærivélarskál skaltu sameina öll innihaldsefni fyrir Hibiscus Ginger sykurhúðina. Hrærið til að sameina og setjið til hliðar.

b) Bætið vatni, mjólk, sykri og smjöri við í potti yfir miðlungsháum hita. Þegar smjörið hefur bráðnað skaltu fjarlægja það af hitanum og bæta við masa harina , kosher salti og möluðum kanil (ef það er notað). Hrærið kröftuglega með tréskeið þar til þykkt deig myndast og það eru engir þurrir vasar af masa harina .

c) Settu deigið yfir í skálina með hrærivél og láttu það kólna aðeins. Þegar það hefur kólnað aðeins, bætið einu eggi út í og hrærið á meðalhraða. Bætið öðru egginu út í og svo vanilludropa.

d) Haltu áfram að blanda þar til allt er að fullu innifalið . Deigið verður lausara en áður en samt pípanlegt . Á þessum tímapunkti skaltu undirbúa steikingarolíuna þína.

e) Í stórum potti, eins og hollenskum ofni, bætið við nægri olíu til að hylja um 3 tommur upp á hliðarnar. Stilltu hitann á meðalháan. Setjið kæligrind yfir stóra bökunarplötu og setjið til hliðar.

f) Flyttu churro deigið í stóran sætabrauðspoka með lokuðum stjörnuodda. Ef þú ætlar að pípa hjartalaga churros skaltu setja bökunarpappír á bökunarplötu sem passar í frystinn þinn.

g) Pípið hjörtu á pergamentið og setjið í frysti til að stífna í um 30 mínútur áður en þau eru steikt. Ef þú ætlar að pípa churros beint í steikingarolíuna skaltu bíða þar til olían nær 375°F á augnablikslesandi hitamæli.

h) Látið churros varlega í olíuna í lotum, um 4 churros í einu, til að forðast að lækka olíuhitann of mikið. Notaðu eldhússkæri úðaða með smá matreiðsluúða til að skera churros úr sætabrauðspokanum þegar þú pípur.

i) Steikið churros í um það bil 3 mínútur á annarri hliðinni, snúið síðan við og steikið áfram í 2 - 2 ½ mínútu til viðbótar þar til þeir eru gullinbrúnir.

j) Flyttu churros úr olíunni yfir á tilbúna bökunarplötuna með kæligrindinum. Þegar churros hafa þornað örlítið af olíunni skaltu henda þeim í Hibiscus Ginger Sugar húðina. Settu þær aftur á bökunarplötuna á meðan þú steikir restina af churrosunum.

k) Njóttu churros á meðan þeir eru enn heitir, þar sem þeir eiga það til að missa marrið eftir að hafa kólnað verulega.

HLIÐAR DISKAR

30.Grænar baunir, kartöflur og beikon

Gerir: 6 skammta

Hráefni:
- 1 pund beikonenda, saxaðir
- 1 pund barnarauðar kartöflur, skornar í tvennt eða fernt
- 1 pund nýskornar grænar baunir
- 3 bollar kjúklingasoð
- 1 meðalstór gulur laukur, saxaður
- 1 stór jalapeño pipar, saxaður (valfrjálst)
- 1½ msk hakkaður hvítlaukur
- ½ teskeið svartur pipar

LEIÐBEININGAR
a) Bætið öllu hráefninu í 6 lítra hæga eldavél.
b) Kveiktu á hæga eldavélinni og settu lok yfir.
c) Eldið í 4 klukkustundir, berið síðan fram.

31.Óslétt tómatbaka

Gerir: 8 skammta

Hráefni:
- Jurtaolía, til smurningar
- 3 matskeiðar extra virgin ólífuolía
- 1 stór gulur laukur, skorinn í teninga
- 2 pund roma tómatar, skornir í teninga
- 2 matskeiðar söxuð fersk basilíka
- 2 tsk kosher salt
- 1 tsk saxað ferskt timjan
- ½ tsk malaður svartur pipar
- 2 bollar majónesi
- 2 bollar rifinn skarpur cheddar ostur
- 1 bolli rifinn Havarti ostur
- 2½ ermar af Ritz kex, muldar, skiptar

LEIÐBEININGAR

a) Forhitaðu ofninn í 350 gráður F. Olía létt á 9-by-13-tommu bökunarrétt.

b) Í stórri sautépönnu við meðalháan hita, dreypið ólífuolíu út í. Þegar olían er orðin heit, bætið lauknum út í og eldið þar til mjúkt, 3 til 5 mínútur.

c) Næst skaltu bæta við tómötum, basil, salti, timjan og pipar. Hrærið. Eldið í 15 mínútur, slökkvið síðan á hitanum og setjið pönnuna til hliðar.

d) Í stórri blöndunarskál skaltu sameina majónesi, cheddar og Havarti. Setja til hliðar.

e) Stráið ⅓ af muldu Ritz kexinu í bökunarformið (geymið 1 bolla fyrir áleggið!). Gakktu úr skugga um að það sé dreift jafnt á botninn. Hellið helmingnum af tómatblöndunni ofan á Ritz kexið. Endurtaktu lögin.

f) Toppið lögin með majónesi- og ostablöndunni og sléttið út. Stráið 1 bolla sem eftir er af mulnu Ritz ofan á. Bakið án loks í 45 mínútur. Takið úr ofninum og látið standa í 15 mínútur áður en það er borið fram.

32.Matur makkarónur og ostur

Gerir: 12 skammta

Hráefni:
- 1 tsk kosher salt, til að sjóða pasta
- 1 pund ósoðið olnbogapasta
- 4 matskeiðar ósaltað smjör
- 2 matskeiðar alhliða hveiti
- 1½ bolli hálf og hálfur
- 1 bolli gufuð mjólk
- 4 aura rjómaostur
- 8 aura Gouda ostur, rifinn eða í teningum
- 8 aura Havarti ostur, rifinn eða í teningum
- 1 tsk kryddsalt eða venjulegt kosher salt
- 1 tsk reykt paprika
- 1 tsk laukduft
- 1 tsk hvítlauksduft
- ½ tsk nýmalaður svartur pipar
- 8 aura skarpur cheddar ostur, rifinn
- 4 aura mozzarella ostur, rifinn
- 4 aura Colby Jack ostur, rifinn

LEIÐBEININGAR

a) Forhitaðu ofninn í 350 gráður F.

b) Í stórum potti yfir háum hita, helltu um 2 lítrum af vatni og stráðu kosher salti yfir. Látið suðuna koma upp í vatnið og bætið svo pastanu út í. Eldið pastað þar til það er al dente (eldað en samt stíft), hellið síðan af pastanu og skolið það undir köldu vatni. Setjið pastað aftur í pottinn og setjið til hliðar.

c) Setjið stóran pott yfir meðalhita og hellið síðan smjörinu út í. Bræðið smjörið alveg niður og stráið svo hveitinu yfir. Þeytið hráefnin þar til þau hafa blandast vel saman og hellið síðan hálf-og-hálfri og uppgufðri mjólk út í. Þeytið hráefnin og haltu áfram að elda við meðalhita í um 3 mínútur.

d) Lækkið hitann í lágan, bætið síðan rjómaostinum, Gouda og Havarti út í. Hrærið í blöndunni þar til osturinn bráðnar og þið eruð komin með góða, rjómaostasósu. Stráið kryddsalti, papriku, laukdufti, hvítlauksdufti og pipar yfir. Blandið þar til það hefur blandast vel saman.

e) Hellið ostasósunni yfir makkarónupasta í soðpottinum. Hrærið allt þar til það hefur blandast vel saman og hellið síðan helmingnum af makkarónum- og ostablöndunni í 9 x 13 tommu eldfast mót. Stráið helmingnum af beittum cheddar, mozzarella og Colby Jack ofan á mac and cheese. Næst skaltu bæta afganginum af makkarónunum og ostinum í bökunarformið og toppa það með ostinum sem eftir er.

f) Bakið makkarónurnar og ostinn í 25 til 30 mínútur. Takið úr ofninum og látið standa í 5 til 10 mínútur áður en það er borið fram.

33.Ostandi þeyttar kartöflur

Gerir: 8 TIL 10 skammta

Hráefni:
- 9 til 10 miðlungs rússet kartöflur, þvegnar, afhýddar og saxaðar
- 6 bollar kjúklingasoð
- 6 matskeiðar saltað smjör
- 1 bolli hálf og hálf
- 1½ bolli rifinn skarpur cheddar ostur
- 2 tsk kosher salt
- ½ tsk malaður svartur pipar

LEIÐBEININGAR

a) Í stórum potti við háan hita, bætið niður söxuðum kartöflum og kjúklingasoðinu. Sjóðið þar til kartöflurnar eru orðnar góðar og mjúkar, venjulega 15 mínútur. Hellið soðið af kartöflunum.

b) Þeytið kartöflurnar í stórri skál með þeytara eða hrærivél þar til þær eru fallegar og kekkjalausar. Bætið smjörinu og hálfu og hálfu út í. Hrærið hráefninu þar til allt hefur blandast vel saman.

c) Stráið ostinum yfir, salti og pipar. Hrærið kartöflurnar þar til þær eru orðnar góðar og rjómalögaðar og berið svo fram.

34. Bökuð sælgæti Yams

Gerir: 6 TIL 8 skammta

Hráefni:
- 5 meðalstór yams, þvegið, afhýtt og skorið um ½ tommu þykkt
- ½ bolli (1 stafur) saltsmjör
- 1 bolli kornsykur
- ¼ bolli púðursykur
- 1 tsk malaður kanill
- ½ tsk malaður múskat
- ¼ tsk malaður negull
- ¼ teskeið malað engifer
- 1 matskeið vanilluþykkni

LEIÐBEININGAR

a) Forhitaðu ofninn í 350 gráður F. Í 9-by-13-tommu bakstur fat, raða yams.

b) Bræðið smjörið í meðalstórum potti yfir meðalhita. Þegar smjörið er bráðið er sykri, kanil, múskat, negull og engifer stráð yfir. Slökkvið á hitanum, blandið hráefninu saman, bætið vanillu út í og hrærið.

c) Hellið súkkulaði blöndunni yfir yams og hjúpið þær vandlega. Hyljið bökunarformið með álpappír og bakið í 30 mínútur. Fjarlægðu belgjurtirnar úr ofninum og stráðu þær með sykurblöndunni í fatinu. Lokið síðan belgjunum aftur og bakið í 15 til 20 mínútur í viðbót.

d) Takið belgjurtirnar úr ofninum og látið þær standa í um það bil 10 mínútur. Þeytið þær aftur með sykurblöndunni áður en þær eru bornar fram.

35. Kæfðar kartöflur og pylsa

Gerir: 6 skammta

Hráefni:
- ½ bolli jurtaolía
- 1 pund reykt pylsa, skorin í sneiðar
- 6 meðalstórar kartöflur, þvegnar, afhýddar og skornar í sneiðar
- 1 stór gulur laukur, skorinn í sneiðar
- 1 stór græn paprika, skorin í sneiðar
- 2 tsk hvítlauksduft
- 2 tsk kosher salt
- 1 tsk malaður svartur pipar
- ¾ bolli kjúklingasoð
- Hakkað fersk steinselja, til skrauts

LEIÐBEININGAR

a) Hitið jurtaolíuna í stórri pönnu yfir miðlungs hita. Þegar pönnuna er heit, bætið pylsunni út í og eldið þar til hún er brún, 5 til 7 mínútur. Fjarlægðu pylsuna, geymdu olíuna á pönnunni.

b) Þurrkaðu kartöflurnar og bætið þeim síðan á pönnuna. Steikið í 5 til 8 mínútur, eða þar til mjúkt. Þegar kartöflurnar eru orðnar mjúkar, bætið þá við lauknum og paprikunni. Stráið hvítlauksduftinu yfir, salti og pipar. Hrærið.

c) Bætið kjúklingasoðinu út í og kastið reyktu pylsunni aftur á pönnuna. Hrærið hráefnin. Eldið þar til allt er orðið gott og meyrt og kartöflurnar sogið í sig soðið. Skreytið með saxaðri steinselju.

36.Okra og tómatar

Gerir: 6 TIL 8 skammta

Hráefni:
- 2 matskeiðar ólífuolía
- ½ gulur laukur, skorinn í bita
- 3 hvítlauksrif, söxuð
- 2 (14,5 aura) dósir sneiddir tómatar
- 1 pund ferskt okra, skorið í fernt
- 1 matskeið saltað smjör
- 1 matskeið púðursykur
- 1½ tsk kosher salt
- ½ tsk malaður svartur pipar
- 2 greinar af fersku timjan
- ½ bolli grænmetissoð
- 1 matskeið maíssterkju

LEIÐBEININGAR

a) Í stórum potti yfir miðlungshita, hellið ólífuolíu út í. Þegar olían er orðin heit, bætið lauknum út í og eldið í 5 mínútur.

b) Bætið hvítlauknum út í og steikið í 1 mínútu áður en sneiðum tómötum er bætt út í. Passaðu að sía ekki tómatana. Þú vilt líka safa!

c) Bætið okra, smjöri, sykri, salti, pipar og timjan út í. Hrærið hráefnin og eldið síðan í 20 mínútur.

d) Hellið grænmetissoðinu í fljótandi mæliglas og stráið síðan maíssterkjunni yfir. Þeytið þar til kekkjalaust og bætið á pönnuna með okrinu og tómötunum. Eldið í 5 mínútur, berið svo fram og njótið!

37.Pinto baunir og skinkuhögg

Gerir: 8 skammta

Hráefni:
- 1 stór hangikjöt eða reyktur kalkúnavængur
- 7 bollar vatn
- 3 bollar þurrar pinto baunir, flokkaðar og þvegnar
- 1 meðalstór gulur laukur, skorinn í teninga
- 1 matskeið saxaður hvítlaukur
- 2 tsk kryddsalt
- ½ tsk malaður svartur pipar
- Saxaður grænn laukur, til skrauts (valfrjálst)
- 2 til 2½ bollar gufusoðin hrísgrjón

LEIÐBEININGAR

a) Bætið skinkuhögginu, vatni, baunum, lauk, hvítlauk, salti og pipar í 6 lítra hæga eldavél.

b) Setjið á hátt, hyljið og eldið í 6 klukkustundir.

c) Þegar baunirnar eru tilbúnar, skreytið með grænum lauk og berið fram yfir hrísgrjónum.

38.Rauðar baunir og hrísgrjón

Gerir: 6 skammta

Hráefni:
- 1 (16 aura) poki þurrar rauðar nýrnabaunir, flokkaðar og skolaðar
- 6 bollar kjúklingasoð
- 2 matskeiðar extra virgin ólífuolía
- 1 pund andouille pylsa, skorin í sneiðar
- ¼ tommu stykki
- ½ meðalstór rauðlaukur, sneiddur
- ½ meðalstór rauð paprika, skorin í teninga
- 2 hvítlauksrif, söxuð
- 2½ tsk kreólakrydd
- 1 tsk malaður svartur pipar
- 2 greinar af fersku timjan
- 3 bollar gufusoðin hrísgrjón

LEIÐBEININGAR

a) Í stórum potti yfir háum hita, láttu um 4 bolla af vatni sjóða. Bætið baununum út í, setjið lok á og slökkvið á hitanum. Látið baunirnar standa í 30 mínútur.

b) Þegar tíminn er liðinn, hellið vatninu af og hellið kjúklingasoðinu í pottinn með baununum. Snúðu hitanum í miðlungs, settu lokið á og látið malla í 20 til 25 mínútur.

c) Í meðalstórri pönnu yfir miðlungshita, hellið ólífuolíu út í. Þegar olían er orðin heit skaltu bæta við pylsunni og elda þar til hún er brún, 5 til 7 mínútur. Bætið lauknum og piparnum út í og eldið í 2 mínútur. Bætið hvítlauknum út í. Eldið í 5 mínútur í viðbót, slökkvið síðan á hitanum.

d) Bætið pylsunni, lauknum, piparnum og hvítlauknum í pottinn með baununum. Stráið kreólakryddinu og svörtum pipar yfir og blandið timjaninu út í. Hrærið hráefninu og látið malla í 1 klukkustund og 30 mínútur. Vertu viss um að hræra af og til á meðan baunirnar eru að eldast svo ekkert brenni í botninum! Þegar það er búið, berið fram með gufusoðnum hrísgrjónum.

39.Matarstíll Lima baunir

Gerir: 6 skammta

Hráefni:
- 1 (16 aura) af stórum þurrum lima baunum og skolaðar
- ½ pund þykkskorið beikon
- ½ meðalgulur laukur, skorinn í teninga
- 1 matskeið saxaður hvítlaukur
- 6 bollar kjúklingasoð
- 2 tsk kornsykur
- 2 tsk kosher salt
- ½ tsk malaður svartur pipar
- Hakkað fersk steinselja, til skrauts

LEIÐBEININGAR

a) Í stórum potti við háan hita, bætið baununum og um 6 bollum af vatni út í. Þegar vatnið byrjar að sjóða skaltu slökkva á hitanum og láta lima baunirnar standa í 30 mínútur. Hellið svo vatninu úr pottinum og setjið baunirnar til hliðar.

b) Eldið beikonið á stórri pönnu við meðalháan hita þar til það er orðið gott og stökkt. Fjarlægðu beikonið af pönnunni en hafðu beikondropa á pönnunni. Bætið lauknum út í og eldið þar til hann er meyr. Bætið hvítlauknum út í og eldið í 2 mínútur í viðbót, slökkvið svo á hitanum.

c) Setjið pottinn með lima baunum yfir meðalhita og hellið kjúklingasoðinu út í. Bætið lauknum og hvítlauknum í pottinn og hrærið. Myljið beikonið út í, stráið síðan sykri, salti og pipar yfir. Hrærið hráefnið og hyljið pottinn með loki.

d) Látið malla við meðalháan hita í 35 til 45 mínútur, eða þar til baunirnar eru orðnar fallegar og rjómalögaðar. Skreytið með steinselju og berið fram eitt sér eða yfir hrísgrjónum.

40. Bakaðar baunir

Gerir: 6 TIL 8 skammta

Hráefni:
- 1 matskeið jurtaolía, auk meira til að smyrja
- ½ pund reykt pylsa, skorin í teninga
- ½ rauðlaukur, sneiddur
- 1 meðalgræn paprika, skorin í teninga
- 1 (28 aura) dós svínakjöt og baunir
- ¼ bolli tómatsósa
- ¼ bolli púðursykur
- 2 matskeiðar gult sinnep
- 2 matskeiðar hlynsíróp
- 2 matskeiðar melass
- 1 msk Worcestershire sósa

LEIÐBEININGAR

a) Forhitaðu ofninn í 350 gráður F. Olía létt á 9-by-13-tommu bökunarrétt.

b) Í stórri pönnu yfir miðlungs-háum hita, dreypið jurtaolíu út í. Bætið reyktu pylsunni út í og eldið þar til hún er brún. Bætið við lauknum og paprikunni. Eldið þar til það er mjúkt, slökkvið síðan á hitanum.

c) Bætið svínakjöti og baunum í bökunarformið. Bætið næst pylsunni, lauknum, paprikunni, tómatsósu, sykri, sinnepi, hlynsírópi, melassa og Worcestershire sósu út í. Blandið þar til það hefur blandast vel saman. Bakið án loks í 1 klukkustund, berið síðan fram.

41.Maísbrauðsdressing

Gerir: 8 TIL 10 skammta

Hráefni:
- Jurtaolía, til smurningar
- 2 matskeiðar extra virgin ólífuolía
- 1 stór gulur laukur, skorinn í teninga
- 3 stilkar sellerí, saxaðir
- 5 hvítlauksrif, söxuð
- 5 fersk salvíublöð, smátt skorin
- 1 lota maísbrauð
- 1 ermi Ritz- eða saltkex
- 4 til 6 bollar kjúklingasoð
- 1 (14 aura) dós rjóma af kjúklingasúpu
- 3 egg, létt þeytt
- 2 tsk kryddsalt
- 1 tsk grófur svartur pipar
- 1 tsk þurrkað timjan

LEIÐBEININGAR
a) Forhitaðu ofninn í 350 gráður F. Olía létt á 9-by-13-tommu bökunarrétt.
b) Í stórri nonstick pönnu yfir miðlungs hita, dreypið ólífuolíu út í. Þegar olían er orðin heit skaltu bæta við lauknum, selleríinu og hvítlauknum. Eldið þar til það er orðið gott og mjúkt. Hellið salvíunni út í og eldið í 2 mínútur í viðbót. Slökktu á hitanum.
c) Í stórri blöndunarskál, myljið maísbrauðið og kexið. Bætið soðnu grænmetinu, kjúklingasoðinu, kjúklingasúpunni og eggjunum út í. Blandið vel saman. Stráið kryddinu salti, pipar og timjan út í og blandið aftur saman.
d) Hellið dressingublöndunni í bökunarformið. Bakið ólokið í um 45 mínútur. Kælið aðeins áður en það er borið fram.

42. Succotash

Gerir: 6 skammta

Hráefni:
- 1 pund frosnar lima baunir, þiðnar
- 3 bollar grænmetissoð
- 8 sneiðar þykkskorið beikon
- 2 bollar frosinn eða ferskur maís
- ½ meðalstór rauðlaukur, sneiddur
- ½ meðalgræn paprika, skorin í teninga
- ½ meðalstór rauð paprika, skorin í teninga
- 2 tsk kryddsalt
- ½ tsk malaður svartur pipar
- ¼ tsk rauðar piparflögur
- 3 litlir romatómatar, skornir í teninga

LEIÐBEININGAR

a) Í miðlungs potti við háan hita, láttu lima baunirnar og grænmetissoðið sjóða. Sjóðið lima baunirnar í um það bil 10 mínútur, takið síðan baunirnar úr soðinu og setjið þær til hliðar. Vertu viss um að panta 1 bolla af seyði.

b) Setjið stóra suðupönnu yfir meðalhita og bætið beikoninu út í. Steikið beikonið þar til það er orðið gott og stökkt og takið það síðan af pönnunni. Skildu fituna eftir.

c) Bætið maísnum við á sömu pönnu og steikið í um 5 mínútur, bætið svo lauknum og paprikunni út í. Steikið í um 2 mínútur í viðbót. Bætið við kryddsalti, svörtum pipar og rauðum piparflögum. Hrærið innihaldsefnunum, bætið svo lima baunum út í og geymdi 1 bolla af grænmetissoði.

d) Saxið beikonið sem þú eldaðir áðan í sundur og hentu því á pönnuna. Eldið í 5 mínútur í viðbót og bætið svo tómötunum út í. Hrærið vel í öllu áður en það er borið fram.

43. Sætt maísbrauð

Gerir: 10 TIL 12 skammta

Hráefni:
- ½ bolli jurtaolía, auk meira til að smyrja
- 3 bollar alhliða hveiti
- 1 bolli gult maísmjöl
- 1 bolli kornsykur
- ½ bolli púðursykur
- 1 matskeið lyftiduft
- 1 tsk kosher salt
- 4 meðalstór egg
- 2½ bollar nýmjólk
- 1 bolli (2 prik) saltað smjör, mýkt

LEIÐBEININGAR

a) Forhitaðu ofninn í 350 gráður F. Olía létt á 9-x-13-tommu bökunarrétt eða 12-tommu steypujárnspönnu.

b) Blandið saman hveiti, maísmjöli, sykri, lyftidufti og salti í stórri blöndunarskál. Þegar þurrefnin eru vel felld saman skaltu bæta við eggjum, mjólk, smjöri og jurtaolíu. Blandið öllu saman þar til það hefur blandast saman.

c) Hellið maísbrauðsdeiginu í eldfast mót eða pönnu og bakið í 35 til 40 mínútur. Berið fram með rauðum baunum og hrísgrjónum.

44. Hush hvolpar

Gerir: 24 HUSH Hvolpar

Hráefni:
- 1 bolli gult maísmjöl
- 1 bolli sjálfhækkandi hveiti
- 2 matskeiðar kornsykur
- 1 tsk hvítlauksduft
- ½ tsk kosher salt
- ½ tsk cayenne pipar
- 1 lítill gulur laukur, smátt skorinn
- 3 til 4 grænir laukar, smátt skornir
- 1 bolli súrmjólk
- 1 egg
- 2 bollar jurtaolía, til djúpsteikingar

LEIÐBEININGAR

a) Í stórri skál skaltu sameina maísmjöl, hveiti, sykur, hvítlauksduft, salt og cayenne pipar. Þeytið þar til allt er kekkjalaust og bætið þá lauknum, súrmjólkinni og egginu út í. Blandið hráefnunum þar til það hefur blandast vel saman, en ekki ofblanda.

b) Bætið olíunni við í stórum potti yfir miðlungs hita. Þegar olían er orðin heit skaltu byrja að skeiða í um það bil 2 matskeiðar af deiginu, 4 til 5 hyski hvolpar í einu. Steikið hush hvolpana þar til þeir eru fallega gullbrúnir, 3 til 4 mínútur. Takið þær úr olíunni og setjið þær á pappírsklædda disk áður en þær eru bornar fram.

45. Rauð hrísgrjón

Gerir: 8 TIL 12 skammta

Hráefni:
- Jurtaolía, til smurningar
- 1 pund beikon, saxað
- 1 pund reykt pylsa, skorin í sneiðar
- ½ tommu umferðir
- 1 stór rauðlaukur, skorinn í teninga
- 1 stór græn paprika, skorin í teninga
- 3 bollar kjúklingasoð
- 6 aura tómatmauk
- 1 matskeið púðursykur
- 2½ tsk kryddsalt
- 2 tsk hvítlauksduft
- 1 tsk malaður svartur pipar
- 2 bollar ósoðin hrísgrjón
- 1 búnt grænn laukur, saxaður

LEIÐBEININGAR

a) Forhitaðu ofninn í 350 gráður F. Olía létt á 4-litra pottrétt.

b) Eldið beikonið í stórum potti við meðalhita þar til það er orðið gott og stökkt. Takið beikonið úr pottinum og setjið til hliðar, en passið að skilja beikondropa eftir. Bætið reyktu pylsunni í pottinn og eldið í um 5 mínútur. Bætið svo beikoninu aftur út í, ásamt lauknum og paprikunni. Eldið þar til það er mjúkt, 3 til 5 mínútur.

c) Bætið kjúklingasoðinu, tómatmaukinu og sykri út í. Hrærið þar til það hefur blandast vel saman, stráið síðan kryddsalti, hvítlauksdufti og svörtum pipar yfir. Bætið hrísgrjónunum út í og hrærið aftur. Látið malla í 15 mínútur við meðalháan hita.

d) Bætið rauðu hrísgrjónablöndunni í pottinn. Lokið og setjið í ofninn í 35 til 40 mínútur. Þegar því er lokið skaltu taka úr ofninum, afhjúpa og hræra. Látið kólna og toppið með grænum lauk áður en hann er borinn fram.

46. Pull-Apart gerrúllur

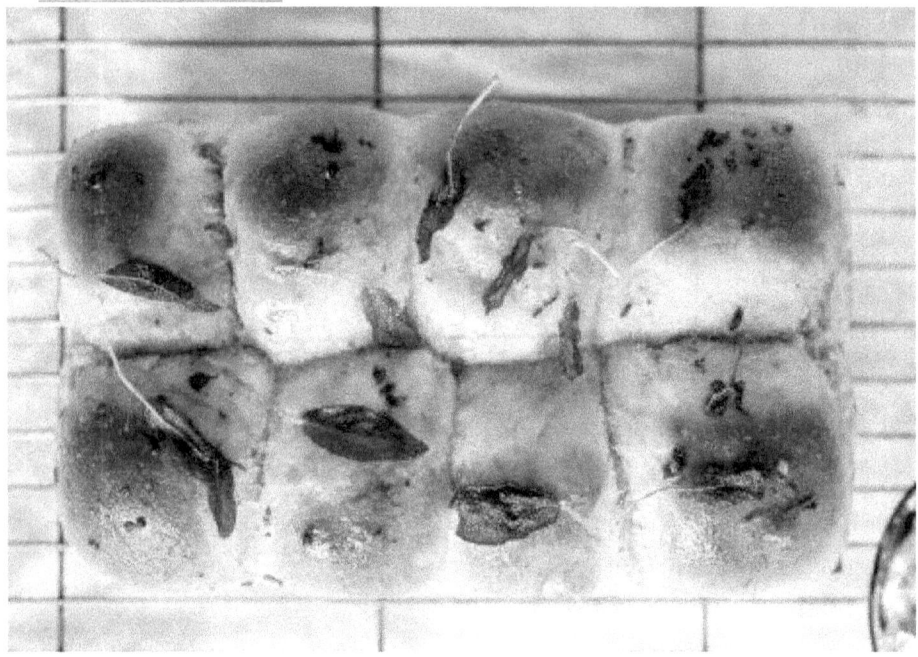

Gerir: 9 STÓRAR RÚLLUR

Hráefni:
- Jurtaolía, til smurningar
- 1¼ bollar heitt vatn, skipt
- ½ bolli kornsykur
- 5 tsk virkt þurrger
- ½ bolli nýmjólk, volg
- 6 bollar alhliða hveiti, auk meira til að hnoða
- 2 tsk kosher salt
- 3 egg, við stofuhita, skipt
- ½ bolli ósaltað smjör, brætt

LEIÐBEININGAR

a) Smyrðu létt stóra skál og 9 x 13 tommu bökunarform.

b) Blandið saman ¼ bolla af volgu vatni, sykrinum og gerinu í meðalstórri skál. Blandið saman og látið standa í 5 mínútur þar til gerið freyðir. Bætið restinni af volga vatninu og volgri mjólk út í og setjið svo til hliðar.

c) Sigtið hveiti og salt í stóra skál. Setja til hliðar.

d) 2 af eggjunum létt saman í lítilli skál. Bætið þeyttum eggjum og gerblöndunni í skálina með þurrefnunum. Blandið öllu saman með því að nota hendurnar, eða notaðu handþeytara með deigkrókfestingu. Ef þú notar handblöndunartæki skaltu blanda á lágum hraða.

e) Hnoðið deigið á létt hveitistráðu yfirborði í um 10 mínútur. Setjið deigið í smurða skálina og hyljið með hreinum klút eða handklæði. Látið það hvíla í 1½ klukkustund á heitum, draglausum stað.

f) Þegar deigið hefur lyft sér, kýldu í miðjuna til að fjarlægja loft. Skiljið síðan og mótið 9 rúllur úr deiginu. Settu rúllurnar í bökunarformið, skildu eftir tommu eða svo á milli hverrar þeirra. Hyljið með hreinu handklæði og látið lyfta sér í um 30 til 45 mínútur, en þá ættu rúllurnar að hafa tvöfaldast að stærð. Forhitaðu ofninn í 350 gráður F.

g) Skiljið eggjarauðuna frá egginu sem eftir er og penslið eggjahvítu ofan á rúllurnar. Bakið í 15 til 20 mínútur, takið síðan rúllurnar úr ofninum og penslið með því magni af bræddu smjöri sem óskað er eftir. Dragið rúllurnar í sundur, berið fram með enn meira smjöri og njótið.

SALÖT OG KÓLSLAÁ

47. Grillað kjúklingacobb salat

Gerir: 6 skammta

Hráefni:
- 1 bolli majónesi
- ½ bolli súrmjólk
- ½ bolli sýrður rjómi
- ½ bolli gráðostur molnar
- 1 tsk Tabasco sósa
- ¼ tsk grófur svartur pipar
- 1 tsk paprika
- 1 tsk hvítlauksduft
- ½ tsk kosher salt
- ½ tsk malaður svartur pipar
- ½ tsk cayenne pipar
- 1 pund þunnskorið kjúklingabringa
- 2 matskeiðar jurtaolía
- 4 romaine hjörtu, saxuð
- 2 roma tómatar, saxaðir
- ¼ bolli saxaður grænn laukur
- 6 sneiðar soðið beikon, saxað
- 3 harðsoðin egg, skorin í sneiðar
- 1 jumbo avókadó, afhýtt og skorið í sneiðar
- ½ bolli brauðteningur

LEIÐBEININGAR

a)   Blandið saman majónesi, súrmjólk og sýrðum rjóma í meðalstórri skál. Hrærið þar til það er gott og slétt. Bætið síðan gráðostamolunum, Tabasco og svörtum pipar út í. Blandið þar til það hefur blandast vel saman og kælið gráðostadressinguna í að lágmarki 2 klst.

b)   Blandaðu saman papriku, hvítlauksdufti, salti, svörtum pipar og cayenne pipar í lítilli skál.

c)   Setjið kjúklinginn á disk og stráið kryddblöndunni yfir. Sett til hliðar.

d)   Í meðalstórri grillpönnu yfir miðlungshita, hellið olíunni út í. Þegar olían er orðin góð og heit, bætið þá kjúklingnum út í og steikið bringurnar á hvorri hlið í 8 mínútur. Takið af pönnunni og skerið kjúklingabringurnar í þunnar sneiðar.

e)   Í stóra skál, bætið romaine salatinu út í, setjið síðan tómata, grænan lauk, beikon, egg og avókadó ofan á. Hellið brauðteningunum og kjúklingnum út í. Berið fram með gráðostadressingunni.

48.Krabbasalatbollar

Gerir: 4 skammta

Hráefni:
- 1 pund soðið krabbakjöt, ekta eða eftirlíkingu
- ½ bolli majónesi
- 2 stilkar sellerí, skornir í teninga
- 1 lítill rauðlaukur, sneiddur
- 1 lítil rauð paprika, skorin í teninga
- 1 hvítlauksgeiri, saxaður
- 1 tsk Old Bay krydd
- 4 lítil romaine salatblöð
- 2 matskeiðar saxuð fersk steinselja

LEIÐBEININGAR

a) Bætið krabbanum, majónesi, selleríinu, lauknum, piparnum, hvítlauknum og Old Bay kryddinu í stóra blöndunarskál. Hrærið hráefnin.

b) Hellið salatblöndunni ofan í romaine salatblöðin og fyllið af saxaðri steinselju áður en hún er borin fram.

49.L ayer ed rækju Louie salat

Gerir: 10 TIL 12 skammta

Hráefni:
- 3 rómantísk salathjörtu, saxuð
- 1 stór rauðlaukur, skorinn í teninga
- 6 harðsoðin egg, afhýdd og skorin í sneiðar
- 6 litlir romatómatar, saxaðir
- 3 stór avókadó, afhýdd og skorin í sneiðar
- 3 pund soðnar litlar rækjur
- 2 bollar brauðteningur
- Thousand Island salatsósa

LEIÐBEININGAR

a) Í stórri skál, bætið salatinu út í. Næst skaltu bæta við lagi af lauk. Bætið síðan við lagi af eggi, lagi af tómötum, lagi af avókadó og lagi af rækjum. Setjið lag af brauðteningum ofan á. Berið fram og njótið með Thousand Island eða uppáhalds salatsósunni þinni.

50.Svart-eyed Pea salat

Gerir: 6 TIL 8 skammta

Hráefni:
- 2 (14,5 aura) dósir svarteygðar baunir, tæmdar
- 8 sneiðar soðið beikon, saxað
- 2 stórir romatómatar, saxaðir
- 1 meðalgræn paprika, skorin í teninga
- ½ meðalstór rauðlaukur, sneiddur
- 2 matskeiðar extra virgin ólífuolía
- 2 tsk heit sósa
- ½ tsk malaður svartur pipar
- 4 romaine hjörtu, saxuð

LEIÐBEININGAR

a) Í stórri skál skaltu sameina svarteygðar baunir, beikon, tómata, papriku og lauk.

b) Blandið saman ólífuolíu, heitri sósu og svörtum pipar í lítilli skál. Blandið vel saman með þeytara.

c) Dreypið ólífuolíublöndunni yfir allar svarteygðu baunirnar. Hellið romaine út í og blandið síðan hráefnunum saman. Berið fram með uppáhalds dressingunni þinni.

51.Suðurkartöflusalat

Gerir: 6 TIL 8 skammta

Hráefni:
- 4 stórar kartöflur, skrældar og saxaðar
- 3 harðsoðin egg, afhýdd
- ¼ bolli sneið sellerí
- ¼ bolli saxaður grænn laukur
- 1½ tsk laukduft
- 1 tsk svartur pipar
- 1 tsk kosher salt
- 1 tsk hvítlauksduft
- ½ bolli majónesi
- ¼ bolli sætt yndi
- ⅓ bolli dill smekk
- 2 matskeiðar gult sinnep
- 2 matskeiðar dill súrum gúrkum safa
- Paprika (valfrjálst)

LEIÐBEININGAR

a) Sjóðið kartöflurnar í stórum potti við háan hita þar til þær eru orðnar mjúkar, 10 til 15 mínútur. Þegar það er tilbúið skaltu tæma vatnið og láta kartöflurnar kólna áður en þær eru settar í stóra skál.

b) Myljið eggin í skálina með kartöflunum. Bætið selleríinu og lauknum út í og hrærið. Stráið laukduftinu, svörtum pipar, salti og hvítlauksdufti yfir. Blandið vel saman og setjið síðan skálina til hliðar.

c) Í lítilli skál, blandaðu saman majónesi, relishes, sinnepi og súrum gúrkum safa. Blandið vel saman og bætið svo við kartöflurnar. Brjótið saman allt hráefnið þar til það hefur blandast vel saman , setjið lokið yfir og kælið þar til kartöflusalatið er orðið gott og kalt. Berið fram með papriku stráð yfir.

52.Sjávarfangsmakkarónusalat

Gerir: 10 skammta

Hráefni:
- 1 tsk kosher salt, til að sjóða pasta
- 3 bollar þurrt olnbogapasta (stórt eða lítið virkar)
- 1 bolli majónesi
- ¼ bolli sítrónusafi
- 2 matskeiðar gult sinnep
- 1 tsk Cajun krydd
- 1 tsk Old Bay krydd
- 1 tsk hakkaður hvítlaukur
- 1 pund soðin rækja, afhýdd
- 1 pund eftirlíkingu af krabbakjöti
- ¼ bolli saxaður grænn laukur
- ⅓ bolli sneið sellerí
- ½ bolli sneiðar svartar ólífur
- 1 msk þurrkaðar steinseljuflögur

LEIÐBEININGAR

a) Í miðlungs potti við háan hita, hitið vatn og salt að suðu. Bætið pastanu út í og eldið þar til það er al dente. Tæmdu pastað þegar það er búið og skolaðu það undir köldu vatni til að stöðva eldunarferlið.

b) Í stórri skál skaltu sameina majónesi, sítrónusafa og sinnep. Blandið þar til það hefur blandast vel saman. Stráið síðan Cajun kryddinu, Old Bay kryddinu og hvítlauknum yfir. Blandið vel saman.

c) Bætið sjávarfanginu út í og blandið eða hrærið í skálinni þar til hún er þakin dressingunni. Bætið við lauknum, selleríinu, ólífunum og pastanu. Blandið öllu hráefninu saman, stráið þurrkuðu steinseljuflögunum yfir og brjótið saman aftur. Lokið pastanu og kælið í að minnsta kosti 1 klukkustund áður en það er borið fram.

53. Hvítaskál

Gerir: 8 TIL 10 skammta

Hráefni:
- 2 bollar majónesi
- ¼ bolli kornsykur (valfrjálst, ef þú vilt hafa hann sætan)
- 2 tsk gult sinnep
- 2 tsk kosher salt
- ½ tsk malaður svartur pipar
- 1 stórt grænkálshaus, rifið í sundur
- 2 stórar gulrætur, skrældar og rifnar

LEIÐBEININGAR

a) Blandið saman majónesi, sykri, sinnepi, salti og pipar í stóra skál.

b) Blandið þar til það hefur blandast vel saman, bætið síðan rifnu hvítkálinu og gulrótunum saman við.

c) Hrærið þar til það er vel húðað. Lokið skálinni og kælið í að minnsta kosti 1 klukkustund, eða þar til hún er köld, áður en hún er borin fram.

54. Matur Collard Greens

Gerir: 6 skammta

Hráefni:
- 1 pund beikonenda, saxaðir, auk meira til að skreyta
- 1 stór gulur laukur, skorinn í teninga
- 1 tsk hakkaður hvítlaukur
- 6 bollar kjúklingasoð
- 2 bollar vatn
- 4 pund grænu, hreinsað og skorið
- 1 tsk kryddsalt
- ½ tsk malaður svartur pipar
- 1 stór jalapeño pipar, skorinn í sneiðar
- 2 til 3 matskeiðar eimað hvítt edik

LEIÐBEININGAR

a) Brúnið beikonið í potti við meðalhita.

b) Þegar beikonið er brúnað, bætið lauknum út í og eldið þar til laukurinn byrjar að svitna, 3 til 5 mínútur. Bætið hvítlauknum út í og eldið í 1 mínútu í viðbót.

c) Hellið kjúklingasoðinu út í, hækkið hitann og látið sjóða í 20 mínútur.

d) Hellið vatninu út í og lækkið hitann í miðlungs. Byrjaðu að bæta grænu í pottinn. Þegar öllu grænmetinu er bætt út í, stráið kryddsalti og möluðum svörtum pipar yfir.

e) Bætið sneiðum jalapeño og ediki út í og hrærið hráefninu. Lokið pottinum og látið malla í 1 klukkustund og 10 mínútur við meðalhita, hrærið í af og til. Látið kólna aðeins og skreytið með auka beikoni áður en það er borið fram.

55. Heirloom tómat- og nektarínusalat

Gerir: 6

Hráefni:
- ¼ bolli extra virgin ólífuolía
- 3 matskeiðar ristaðar, ristaðar pistasíuhnetur
- 2 matskeiðar balsamik edik eða hvítt balsamik edik
- 2 tsk hunang
- 12 fersk basilíkublöð, grófsöxuð
- 2 greinar af fersku timjan, saxað
- 1 hvítlauksgeiri, rifinn
- Myldar rauðar piparflögur
- Kosher salt
- 2½ bollar kirsuberjatómatar helmingaðir
- 2 nektarínur, skornar í báta
- 2 kúlur af burrata osti, gróft rifnar
- 2 matskeiðar saxaður ferskur graslaukur, til framreiðslu
- Flökt sjávarsalt, til framreiðslu

LEIÐBEININGAR:
a) Blandaðu saman ólífuolíu, pistasíuhnetum, ediki, hunangi, basil, timjan, hvítlauk, rauðum piparflögum og smá salti í matvinnsluvél og blandaðu þar til fínmalað, um það bil 1 mínútu.
b) Blandið saman tómötum og nektarínum í meðalstórri skál. Bætið pistasíumaukinu út í, hrærið yfir.
c) Látið marinerast við stofuhita í 10 til 20 mínútur eða hyljið með plastfilmu yfir nótt í ísskápnum.
d) Til að bera fram skaltu skipta salatinu jafnt í sex skálar og toppa hverja með rifnum burrata, graslauk og klípu af flögu salti.

SAMLAKA OG ÚFJA

56.Pimentostur og tómatsamloka

Gerir: 8 TIL 12 skammta
Hráefni:
FYRIR OSTAMÁRINN:
- ½ bolli majónesi
- 4 aura rjómaostur
- 3 bollar rifinn skarpur cheddar ostur
- 1 (4 aura) krukka af hægelduðum pimentos, tæmd
- 1 matskeið hakkað gulur laukur
- 1 tsk hakkaður hvítlaukur
- 1 tsk Worcestershire sósa
- ½ tsk malaður svartur pipar

FYRIR TÓMATA:
- 1 bolli sjálfhækkandi hveiti
- 1 bolli gult maísmjöl
- ½ tsk kosher salt
- ½ tsk malaður svartur pipar
- 2 egg
- ½ bolli súrmjólk
- 4 stórir grænir tómatar, skornir ½ tommu þykkir
- 2 bollar jurtaolía, til djúpsteikingar
- 2 franskbrauð, skorin í tvennt eftir endilöngu

LEIÐBEININGAR

a) Blandið majónesinu og rjómaostinum saman í stóra skál og blandið þar til vel blandað saman. Bætið við cheddar ostinum, pimentosinu, lauknum, hvítlauknum, Worcestershire sósunni og svörtum pipar. Blandið þar til það hefur blandast vel saman, hyljið skálina og geymið í kæli í að minnsta kosti 6 klukkustundir.

b) Í meðalstórri blöndunarskál, blandaðu saman sjálfhækkandi hveiti, maísmjöli, salti og svörtum pipar. Blandið þar til það hefur blandast vel saman og setjið til hliðar.

c) Blandið eggjunum og súrmjólkinni saman í annarri meðalstórri blöndunarskál og blandið vel saman.

d) Þurrkaðu sneiða tómatana með pappírshandklæði. Dýfið tómötunum í eggjablönduna og síðan í hveitiblönduna. Látið tómatana standa í 5 mínútur.

e) Í stórri pönnu yfir miðlungs hita, helltu jurtaolíunni þar til hún er 2 til 3 tommur djúp. Bætið tómötunum út í og djúpsteikið þar til þeir eru fallegir og gullnir, 3 til 4 mínútur.

f) Skerið pimento ostinum á neðri helminginn af franska brauðinu, fyllið síðan með steiktu tómötunum og efri helminginn af franska brauðinu. Skerið í einstakar samlokur og berið fram.

57.Krabbi og humar grillaður ostur

Gerir: 2 skammta

Hráefni:
- ½ bolli soðið humarkjöt
- ½ bolli soðið krabbakjöt
- 2 matskeiðar saltað smjör, brætt
- 1 tsk Old Bay krydd
- ½ tsk hakkaður hvítlaukur
- 4 sneiðar Texas ristað hvítlauksbrauð
- 4 þykkar sneiðar skarpar cheddar ostur
- 4 þykkar sneiðar Havarti ostur

LEIÐBEININGAR

a) Í stóra hrærivélarskál skaltu kasta humri, krabba, bræddu smjöri, Old Bay kryddi og hvítlauk. Blandið vel saman og setjið síðan skálina til hliðar.

b) Leggðu tvær sneiðar af Texas ristuðu brauði á disk og settu hverja sneið af cheddar og Havarti yfir. Skiptið sjávarréttablöndunni í tvennt og bætið helmingnum við hverja ristuðu brauðsneið. Settu afganginn af ostinum og brauðsneiðunum ofan á sjávarfangið.

c) Notaðu samlokupressu eða heita pönnu til að grilla hvora hlið samlokunnar þar til hún er gullinbrún og osturinn bráðinn . Berið fram og njótið!

58.Slow Cooker BBQ Pulled Pork

Gerir: 6 skammta

Hráefni:
- 2 til 3 pund svínaaxlarsteikt
- 1 matskeið jurtaolía
- 2 matskeiðar fljótandi reykur
- 2 tsk eplaedik
- ¼ bolli dökk púðursykur
- 2 matskeiðar reykt paprika
- 2 tsk kosher salt
- 1 tsk malaður svartur pipar
- 1 tsk sinnepsduft
- 1 til 1½ bollar hickory BBQ sósa

LEIÐBEININGAR

a) Setjið steikina á stóra bökunarplötu og dreypið jurtaolíunni yfir hana, fylgt eftir með fljótandi reyknum og ediki.

b) Blandið sykrinum saman við papriku, salti, pipar og sinnepsduft í lítilli skál. Húðaðu steikina með kryddblöndunni.

c) Settu steikina í 6 lítra hæga eldavél og hyldu með loki. Eldið við lágan hita í 4 klst.

d) Rífið kjötið í sundur og hellið BBQ sósunni út í. Hrærið og eldið síðan í 2 klukkustundir til viðbótar (enn á lágu). Berið svo fram og njótið!

SÚPUR, STEIT OG KARRY

59.Samloka, rækjur og krabbakæfa

Gerir: 10 skammta

Hráefni:
- ½ pund beikon, saxað
- 1 stór gulur laukur, skorinn í teninga
- 2 meðalstórar gulrætur, skrældar og skornar í teninga
- 2 stilkar sellerí, skornir í teninga
- 2½ bollar sjávarafurðakraftur
- 2 stórar rauðar kartöflur, skrældar og skornar í teninga
- 3 hvítlauksrif, söxuð
- ¾ bolli (1½ prik) saltað smjör
- ¾ bolli alhliða hveiti
- 2 bollar þungur rjómi
- 2 bollar nýmjólk
- 1 bolli hakkað samloka
- ½ bolli krabbakjöt
- 2 tsk kosher salt
- 1 tsk malaður svartur pipar
- ½ pund miðlungs hrá rækja, afhýdd og afveguð
- 2 matskeiðar saxuð fersk steinselja

LEIÐBEININGAR

a) Kastaðu beikoninu í stóran pott og stilltu hitann í miðlungs. Eldið beikonið þar til það er stökkt. Taktu það síðan úr pottinum, geymdu fituna í pottinum og settu beikonið til hliðar.

b) Bætið lauknum, gulrótinni og selleríinu í pottinn. Eldið þar til þær eru orðnar mjúkar og hellið síðan sjávarfangskraftinum út í. Bætið kartöflunum og hvítlauknum út í og látið malla í um það bil 15 mínútur, enn við meðalhita.

c) Á meðan það er að elda, í meðalstórum potti, bætið smjörinu út í og bræðið það við meðalhita. Stráið hveitinu út í og þeytið. Eldið í 3 mínútur, hrærið stöðugt í, hellið síðan rjóma og mjólk út í. Vertu viss um að þeyta svo það sé kekkjalaust!

d) Hellið smjör- og hveitiblöndunni í stóra pottinn ásamt hinu hráefninu og hrærið. Bætið samlokunum, krabbanum, salti og svörtum pipar út í. Blandið innihaldsefnunum saman og lækkið síðan hitann í lágan.

e) Bætið rækjunum og beikoninu út í og hrærið. Látið malla í 15 mínútur. Toppið með ferskri steinselju áður en hún er borin fram.

60.Brunswick plokkfiskur

Gerir: 8 TIL 10 skammta

Hráefni:
- 6 bollar kjúklingasoð
- 2 bollar Slow Cooker BBQ Pulled Pork
- 2 bollar saxaður kjúklingur, soðinn
- 2 bollar frosnar eða þurrar lima baunir
- 3 meðalstórar kartöflur, skrældar og skornar í teninga
- 1 (14 aura) dós hægeldaðir tómatar í tómatsafa
- 1 stór rauðlaukur, skorinn í teninga
- 1½ bolli frosnar baunir og gulrætur
- 1½ bolli frosin okra
- 1 bolli frosinn maís
- 1 bolli hickory BBQ sósa
- 3 hvítlauksrif, söxuð
- 2 matskeiðar Worcestershire sósa
- 2½ tsk kryddsalt
- 1 tsk malaður svartur pipar
- ½ tsk malað kúmen

LEIÐBEININGAR

a) Bætið öllu hráefninu í 6 lítra hæga eldavél. Hrærið þar til allt hefur blandast vel saman. Setjið lokið á hæga eldavélina og stillið hitann á lágan.
b) Eldið í 5 klukkustundir, berið síðan fram. Allar afgangar má geyma í loftþéttum umbúðum í kæli í allt að 5 daga.

61.Gumbo

Gerir: 8 TIL 10 skammta

Hráefni:
- 1¼ bolli jurtaolía, skipt
- 1 pund beinlaus, roðlaus kjúklingalæri
- 2 tsk kryddsalt, skipt
- 1½ tsk malaður svartur pipar, skipt niður
- 1 tsk alifuglakrydd
- 1 tsk laukduft
- 1 tsk hvítlauksduft
- 2 lítrar kjúklingasoð, skipt
- 1½ bolli saxað sellerí
- 2 stórar grænar paprikur, saxaðar
- 1 stór gulur laukur, saxaður
- 2 tsk hakkaður hvítlaukur
- ½ bolli alhliða hveiti
- 1 pund andouille pylsa, saxuð
- 1 (14 aura) dós tómatar í hægeldunum
- 3 til 4 lárviðarlauf
- ½ pund okra, saxað
- 1 bolli þurrkaðar rækjur
- 2 pund Alaskakóngakrabbi
- 1 pund stór rækja, afhýdd og afveguð
- 2½ tsk malað gúmmófilé
- Hakkað fersk steinselja, til skrauts

LEIÐBEININGAR

a) Hellið ¼ bolla af jurtaolíu í miðlungs pönnu yfir miðlungs hita. Þegar olían er orðin heit skaltu setja kjúklingalærin í pönnu. Kryddið kjúklinginn með 1 tsk af kryddsalti, ½ tsk af svörtum pipar, alifuglakryddinu, laukdufti og hvítlauksdufti. Brúnið hvora hlið kjúklingsins, um það bil 5 mínútur á hlið, hellið síðan ½ bolla af kjúklingasoðinu út í. Lokið pönnunni og látið kjúklinginn elda þar til hann er alveg eldaður í gegn, um það bil 15 mínútur. Þegar það er tilbúið skaltu taka kjúklinginn úr pönnunni og setja til hliðar á disk.

b) Bætið selleríinu, paprikunni og lauknum í sömu pönnu og eldið í 2 mínútur. Bætið hvítlauknum út í og eldið þar til grænmetið er orðið gott og hálfgagnsætt, slökkvið svo á hitanum.

c) Í stórum potti yfir miðlungs hita, hellið afganginum 1 bolli jurtaolíu út í. Þegar olían er orðin heit skaltu byrja að strá hveitinu yfir aðeins í einu. Hrærið stöðugt til að koma í veg fyrir kekki og eldið þar til rouxinn breytist í hnetusmjörsbrúnan lit, um það bil 30 mínútur.

d) Þegar rouxið er orðið fallegt og brúnt skaltu hella rólega afganginum af kjúklingasoðinu út í. Bætið soðnu grænmetinu, kjúklingnum og pylsunni út í. Hrærið vel í öllu og stráið afganginum 1 tsk kryddsalti og 1 tsk svörtum pipar yfir. Bætið tómötunum og lárviðarlaufunum út í. Hrærið, hyljið og eldið síðan í um það bil 20 mínútur.

e) Bætið söxuðu okrinu og þurrkuðum rækjum út í. Hrærið, lokið og látið malla í 20 mínútur í viðbót.

f) Bætið nú krabbanum við. Gakktu úr skugga um að krabbinn og annað hráefni sé vel þakið soðinu. Látið malla í 20 mínútur í viðbót, blandið svo hráu rækjunni út í. Hrærið innihaldsefnin og lækkið hitann í lágan.

g) Stráið gumbo filé yfir, hrærið og eldið í 7 mínútur. Slökktu á hitanum og láttu gúmmíið sitja í nokkrar mínútur. Skreytið með steinselju og berið fram með gufusoðnum hrísgrjónum eða maísbrauði.

62. Shrimp Étouffée

Gerir: 4 skammta

Hráefni:
- ½ bolli saltað smjör
- ½ bolli alhliða hveiti
- 1 matskeið jurtaolía
- 1 stór græn paprika, skorin í teninga
- ½ meðalstór laukur, skorinn í bita
- 2 stilkar sellerí, skornir í teninga
- 3 hvítlauksrif, söxuð
- 1 (14 aura) dós tómatar í hægeldunum
- 1 matskeið tómatmauk
- 2 bollar kjúklingasoð eða sjávarréttakraftur
- 2 greinar af fersku timjan, auk fleiri til skrauts
- 1½ tsk kreólakrydd
- 1 tsk Worcestershire sósa
- ½ tsk malaður svartur pipar
- ½ tsk rauðar piparflögur
- 2 pund hráar júmbó rækjur, afhýddar og afvegaðar
- 2 bollar soðin hvít hrísgrjón

LEIÐBEININGAR

a) Bræðið smjörið í stórum potti yfir meðalhita. Þegar smjörið er bráðið er hveitinu bætt út í og þeytt þar til allt hefur blandast vel saman. Eldið rouxið þar til það nær fallegum, ríkum brúnum lit, 10 til 15 mínútur, en vertu viss um að brenna það ekki!

b) Bætið paprikunni, lauknum, selleríinu og hvítlauknum út í. Eldið þar til grænmetið mýkist, 3 til 5 mínútur. Bætið svo tómötunum og tómatmaukinu í bita. Hellið soðinu hægt út í og blandið fersku timjaninu út í. Blandið þar til allt hefur blandast vel saman , stráið síðan Creole kryddinu, Worcestershire sósu, svörtum pipar og rauðum piparflögum yfir. Hrærið hráefnið og látið malla í 5 mínútur við miðlungsháan hita.

c) Byrjaðu hægt að bæta rækjunni út í og hrærið. Lækkið hitann í lágan og eldið í 5 mínútur í viðbót. Fjarlægðu timjangreinarnar. Skreytið með timjan og berið fram með heitum hrísgrjónum.

63.Oxhala plokkfiskur

Gerir: 6 TIL 8 skammta

Hráefni:
- ½ bolli alhliða hveiti
- 3½ tsk kryddsalt
- 2 tsk paprika
- ½ tsk malaður svartur pipar
- 4 pund uxahalar, fitusnyrtir
- ¼ bolli jurtaolía
- 1 stór gulur laukur, saxaður
- 1 (14,5 únsur) dós tómatar í teningum
- 4 hvítlauksrif
- 3 greinar af fersku timjan
- 3 lárviðarlauf
- 1 (6 aura) dós tómatmauk
- 1 lítri (32 aura) nautakraftur
- 1 pund barnagulrætur
- 1½ pund barnarauðar kartöflur, saxaðar

LEIÐBEININGAR

a) Gríptu stóran ziplock frystipoka og bætið hveiti, kryddsalti, papriku og svörtum pipar út í. Hristið pokann til að ganga úr skugga um að allt sé vel fellt inn. Byrjaðu að bæta við uxahalunum, einum í einu, og hristu pokann til að húða þá. Þegar uxahalarnir eru húðaðir skaltu setja þá á disk eða bökunarplötu.

b) Í stórri pönnu yfir miðlungs hita, helltu jurtaolíu út í. Þegar olían er orðin heit skaltu byrja að bæta við uxahalunum. Brúnaðu allt yfirborð uxahalanna, um það bil 3 mínútur á hvorri hlið, fjarlægðu síðan af pönnunni og settu þau í 6-lítra hægan eldavél.

c) Kasta lauknum á pönnuna og eldið þar til hann er meyr. Bætið við hæga eldavélina með uxahalunum ásamt tómötunum, hvítlauknum, timjaninu og lárviðarlaufunum.

d) Blandið saman tómatmaukinu og nautakraftinum í stóra skál og blandið þar til vel blandað saman. Helltu þessari blöndu í hæga eldavélina, stilltu hæga eldavélina á lágan hita og eldaðu í 6 klukkustundir.

e) Bætið gulrótum og kartöflum saman við, hrærið og eldið í 2 klukkustundir í viðbót. Berið svo fram og njótið!

BBQ OG GRILL

64.Fjölskylda grillaðar rækjur Po'boys

Gerir: 3 TIL 4 skammta

Hráefni:
- 1½ pund rækja, afhýdd, afveinuð og skott fjarlægð
- 2 matskeiðar extra virgin ólífuolía
- 2½ tsk sortnandi krydd
- 1 tsk Creole krydd
- 1 tsk hakkaður hvítlaukur
- Jurtaolía, á grillpönnuna

FYRIR CREOLE MAJONES:
- 1 bolli majónesi
- 1 matskeið hakkað gulur laukur
- 2 tsk hunang Dijon sinnep
- 1½ tsk hakkaður hvítlaukur
- 1½ tsk kreólakrydd
- 3 til 4 hoagie eða franskar rúllur
- 2 meðalstórir tómatar, sneiddir
- 1 bolli rifið salat

LEIÐBEININGAR

a) Í stórri hrærivélarskál, dreypið rækjunni með ólífuolíu. Stráið svörtunarkryddinu, kreólakryddinu og hvítlauknum yfir. Kasta rækjunni til að blanda, settu síðan til hliðar.

b) Smyrjið létt á grillpönnu og setjið hana yfir meðalháan hita. Þegar pannan er orðin heit skaltu bæta rækjunum við og elda í 5 til 7 mínútur. Takið rækjurnar af pönnunni og setjið á hreinan disk.

c) Í meðalstórri skál, bætið majónesi, lauk, sinnepi, hvítlauk og kreólakryddi saman við. Blandið vel saman.

d) Skerið æskilegt magn af Creole majónesi á báðum hliðum rúllanna. Bætið tómötunum á botninn á hoagie og setjið rækjurnar ofan á. Toppaðu rækjuna með rifnu salati, berðu fram og njóttu!

65. Ofnbakað BBQ rif

Gerir: 8 TIL 10 skammta

Hráefni:
- 6 punda rifbein í Saint Louis stíl, himna fjarlægð
- 2 matskeiðar jurtaolía
- ¼ bolli púðursykur
- 2 matskeiðar nýmalaður svartur pipar
- 2 matskeiðar reykt, sæt eða venjuleg paprika
- 2 matskeiðar laukduft
- 2 matskeiðar hvítlauksduft
- 1 matskeið kosher salt
- 2 tsk þurrkaðar steinseljuflögur
- 1½ tsk þurrt sinnep
- 1½ tsk rauðar piparflögur
- 1 msk hickory fljótandi reykur
- 1½ msk eplaedik
- BBQ sósa

LEIÐBEININGAR
a) Forhitaðu ofninn í 375 gráður F.
b) Í 9 x 13 tommu bökunarformi, bætið rifunum út í og dreypið olíunni yfir fram- og bakhlið þeirra. Stráið sykri, svörtum pipar, papriku, lauk- og hvítlauksdufti, salti, steinselju, sinnepi og rauðum piparflögum yfir. Dreypið fljótandi reyknum og ediki yfir rifin og penslið eða nuddið niður þar til þau eru vel þakin.
c) Hyljið rifin með álpappír og bakið í 1 klukkustund og 20 mínútur. Taktu rifin úr ofninum og fjarlægðu álpappírinn.
d) Penslið uppáhalds BBQ sósuna þína á rifin og kveikið á ofninum. Steikið rifin þar til sósan er orðin góð og klístruð, 3 til 5 mínútur. Takið úr ofninum og látið standa í 5 mínútur áður en það er borið fram.

66.Steikt rif

Gerir: 8 skammta
Hráefni:
- 4 pund extra mjúk svínakjöt, himna fjarlægð

FYRIR saltvatnið:
- 8 bollar kalt vatn
- 4 matskeiðar kornsykur
- 2 matskeiðar kosher salt

FYRIR RIFIN:
- ½ bolli mild heit sósa
- 1½ bolli sjálfhækkandi hveiti
- 2½ tsk kryddsalt
- 2 tsk laukduft
- 2 tsk hvítlauksduft
- 2 tsk paprika
- 1½ tsk malaður svartur pipar
- ½ tsk cayenne pipar
- 2 bollar jurtaolía, til djúpsteikingar

LEIÐBEININGAR

a) Skerið rifin í bita og setjið í stóra skál. Sett til hliðar.

b) Blandið saman vatni, sykri og salti í sérstakri stórri skál. Hrærið þar til saltið og sykurinn leysist upp og hellið síðan saltvatninu yfir öll rifin. Lokið skálinni og setjið í kæli yfir nótt (6 til 8 klukkustundir) og hellið síðan af. Þegar þú tæmir saltvatnið af rifjunum skaltu ekki skola þau.

c) Hellið heitri sósu yfir öll rifin og passið að þau séu vel húðuð. Settu rifin til hliðar.

d) Gríptu stóran frystipoka og bætið við hveiti, kryddsalti, laukdufti, hvítlauksdufti, papriku, svörtum pipar og cayenne pipar. Hristið pokann til að ganga úr skugga um að allt sé vel fellt inn. Byrjaðu að bæta rifunum við pokann og hristu pokann til að húða þau. Endurtaktu hristingarferlið tvisvar til að tryggja að þú sért með fallega húð! Settu húðuð rif á bökunarplötu.

e) Í djúpsteikingarpönnu eða djúpsteikingarpotti skaltu hella nægri olíu til að hylja rifin um það bil ½ tommu. Hitið olíuna í 360 gráður F.

f) Byrjaðu rólega að bæta við rifbeinunum. Ef þú ert að nota djúpsteikingarpönnu, vertu viss um að snúa rifjunum við á 3 til 5 mínútna fresti. Steikið hverja lotu í um 15 mínútur þar til þær eru gullinbrúnar. Þegar það er tilbúið skaltu setja steiktu rifin á bökunarpappírsklædda ofnplötu. Berið fram með uppáhalds heitu sósunni þinni.

67.Sítrónupipar og hunangssveitarif

Gerir: 6 skammta

Hráefni:
- Jurtaolía, til smurningar
- ¼ bolli gult sinnep
- 2 matskeiðar púðursykur
- 2 matskeiðar saxaður gulur laukur
- 1½ msk sítrónupipar
- 1 matskeið saxaður hvítlaukur
- 2 tsk paprika
- 2 punda svínakjötsrif
- ¼ bolli hunang
- 1 matskeið maíssterkju

LEIÐBEININGAR

a) Forhitaðu ofninn í 325 gráður F. Olía létt á 9 x 13 tommu bökunarfat og settu síðan til hliðar.
b) Í lítilli skál skaltu sameina sinnep, sykur, lauk, sítrónupipar, hvítlauk og papriku.
c) Í stórri skál eða á sléttu yfirborði, nuddaðu sinnepsblöndunni yfir öll rifin. Setjið rifin í bökunarformið og hyljið með álpappír. Bakið í ofni í 1 klst. Taktu úr ofninum og afhjúpaðu.
d) Í lítilli skál eða stórum bolla, hellið vökvanum af botni bökunarformsins. Bætið hunangi og maíssterkju út í og blandið þar til kekkjalaust.
e) Hellið hunangsblöndunni yfir rifin. Bakið aftur í ofninum, án loks, í 1½ klukkustund í viðbót, og passið að strjúka á 30 mínútna fresti með vökvanum af botni formsins. Takið úr ofninum og látið kólna áður en það er borið fram.

68.Slow Cooker Hvítlauksfyllt svínasteikt

Gerir: 8 TIL 10 skammta

Hráefni:
- 3 til 4 pund beinlaus svínaristasteikt
- 6 til 8 hvítlauksrif
- 1 bolli saxaður grænn laukur
- 1 (0,75 únsu) pakki af búgarðskryddi
- 1 tsk malaður svartur pipar
- 2 bollar kjúklingasoð
- 1 pund barnagulrætur
- 1 pund rauðar kartöflur, þvegnar og saxaðar

LEIÐBEININGAR

a) Stingið 6 til 8 göt í steikina og fyllið þær með hvítlauksrifunum. Settu steikina varlega í 6 lítra hæga eldavél.

b) Hellið grænum lauknum út í, stráið síðan búgarðskryddinu og svörtum pipar yfir alla steikina. Hellið kjúklingasoðinu út í. Stilltu hæga eldavélina á háu og eldaðu í 2 klukkustundir.

c) Bætið gulrótum og kartöflum saman við, hrærið og eldið í 2 klukkustundir í viðbót. Berið fram.

69.Slow Cooker Nautakjöt

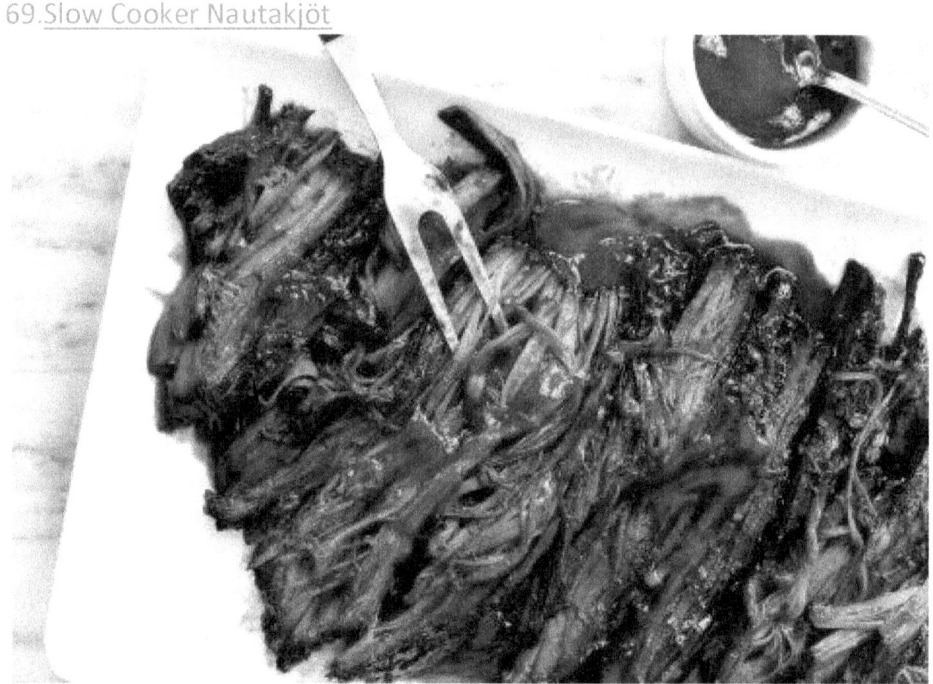

Gerir: 10 TIL 12 skammta

Hráefni:
- 2 matskeiðar extra virgin ólífuolía
- 2 matskeiðar eplaedik
- 1 matskeið fljótandi reykur
- ½ bolli ljós púðursykur
- 2 matskeiðar hvítlauksduft
- 2 matskeiðar laukduft
- 2 matskeiðar paprika
- 1 matskeið kosher salt
- 1 msk þurrkaðar steinseljuflögur
- 1 tsk malaður svartur pipar
- 1 tsk cayenne pipar
- 7 til 8 pund nautabringur

LEIÐBEININGAR

a) Í lítilli blöndunarskál, blandaðu saman olíu, ediki, fljótandi reyk, sykri, hvítlauk og laukdufti, papriku, salti, steinselju, svörtum pipar og cayenne með þeytara. Nuddaðu blöndunni um alla bringuna.

b) Sprautaðu 6 lítra hæga eldavél með nonstick eldunarúða og settu bringuna inni. Stilltu hæga eldavélina á lágan og eldaðu í 12 klukkustundir.

c) Klæddu 9 x 13 tommu bökunarform með álpappír. Þegar bringan er tilbúin skaltu fjarlægja hana varlega úr hæga eldavélinni og setja hana í tilbúið eldfast mót. Kveiktu á ofninum og eldaðu bringurnar þar til „börkurinn" (nuddurinn) er dökkbrúnn, 3 til 5 mínútur.

d) Takið bringuna úr ofninum, hyljið hana með álpappír og látið standa í 1 klukkustund áður en hún er borin fram.

70.Slow Cooker Smothered Oxtails

Gerir: 4 skammta

Hráefni:
- 2½ pund uxahalar
- 2 tsk kosher salt
- 1 tsk nýsprunginn eða malaður svartur pipar
- 2 matskeiðar Worcestershire sósa
- 1¼ bollar alhliða hveiti, skipt
- ¾ bolli jurtaolía
- 3 bollar nautakraftur eða vatn
- 1 stór gulur laukur, skorinn í sneiðar
- 3 hvítlauksrif, söxuð
- Hakkað fersk steinselja, til skrauts

LEIÐBEININGAR

a) Í stórri blöndunarskál, kryddið uxahalana með salti og pipar. Dreypið Worcestershire sósunni yfir allt og kastið uxahalunum til að ganga úr skugga um að þeir séu húðaðir. Stráið ¼ bolla af hveiti yfir uxahalana og hrærið aftur til að tryggja jafna húðun.

b) Í stórum sauté pönnu yfir miðlungs hita, hella í jurtaolíu. Þegar olían er orðin heit, bætið uxahalunum út í. Þegar þær eru orðnar fallegar og brúnar, takið þær af pönnunni og setjið þær í 6 lítra hæga eldavél á meðan þú útbýr sósuna. Ef það eru brenndir kjötbitar á pönnunni, hellið olíunni út, síið, hreinsið pönnuna og hellið síðan síðuðu olíunni aftur á pönnuna.

c) Byrjaðu að bæta 1 bolla af hveiti sem eftir er á pönnuna yfir meðalhita, aðeins smá í einu. Þeytið stöðugt. Þegar hveitið er orðið brúnt, líkt og þykkt hnetusmjör, hellið soðinu hægt út í. Þeytið á meðan þið hellið!

d) Gakktu úr skugga um að allt sé kekkjalaust og snúðu síðan hitanum úr miðlungs í háan. Þegar sósan hefur náð fullum suðu skaltu minnka hitann í miðlungs og bæta við lauknum og hvítlauknum. Hrærið sósuna og gerið bragðpróf. Saltið og piprið eftir smekk.

e) Slökkvið á hitanum og hellið sósunni í hæga eldavélina, hyljið uxahalana. Stilltu hæga eldavélina á hátt og eldið í 8 klukkustundir. Toppið með steinselju og berið fram með kartöflumús eða hrísgrjónum.

71. B acon vafðar kjötbollur

Gerir: 10

Hráefni:
- 1 pakki (26 oz.) Kjötbollur
- 1 pakki af beikoni, skorið í strimla
- 1 flaska af hunangs BBQ sósu

LEIÐBEININGAR :
a) Forhitið ofninn í 400 gráður Fahrenheit.
b) Klæðið 17" x 11" bökunarplötu með bökunarpappír.
c) Vefjið þriðjungi af beikonsneið utan um hverja kjötbollu og festið með tannstöngli.
d) Settu innpakkaðar kjötbollur í einu lagi á smjörpappír og bakaðu í 20-25 mínútur, eða þar til beikonið er eldað.
e) Takið kjötbollurnar af pönnunni og penslið þær með hunangs BBQ sósunni.
f) Karamelliseraðu BBQ sósuna með því að setja kjötbollurnar aftur í ofninn í 5 mínútur til viðbótar.

RAUNNI

72.Cajun Steiktar rækjur og ostrur

Gerir: 4 skammta

Hráefni:
- 1 pund ferskar ostrur
- 1 pund júmbó hrá rækja, afhýdd og afveguð
- 2 egg, létt þeytt sérstaklega
- ¾ bolli alhliða hveiti
- ½ bolli gult maísmjöl
- 2 tsk Cajun krydd
- ½ tsk sítrónupipar
- 2 bollar jurtaolía, til djúpsteikingar

LEIÐBEININGAR

a) Settu ostrurnar í miðlungs skál og settu rækjurnar í sérstaka skál. Dreypið eggjunum yfir rækjurnar og ostrurnar (1 egg í skál) og passið að allt sé fallega húðað . Settu skálarnar til hliðar.

b) Í stórum ziplock frystipoka skaltu bæta við hveiti, maísmjöli, Cajun kryddi og sítrónupipar. Hristið upp í pokann til að tryggja að allt sé vel blandað. Bætið rækjunni í pokann og hristið til að hjúpa, fjarlægið síðan rækjurnar og setjið þær á bökunarplötu. Bætið nú ostrunum í pokann og endurtakið ferlið.

c) Hitið jurtaolíuna í um það bil 350 til 360 gráður F í djúpsteikingu eða djúpsteikingu. Steikið rækjurnar þar til þær eru gullbrúnar, um það bil 3 til 4 mínútur. Steikið síðan ostrurnar þar til þær eru gullinbrúnar, um það bil 5 mínútur. Settu sjávarfangið á disk með pappírshandklæði til að hjálpa til við að draga í sig hluta af umframolíu. Berið fram með uppáhalds dýfingarsósunni þinni.

73.Reyktur lax

Gerir: 6 skammta

Hráefni:
- 2 matskeiðar dökk púðursykur
- 1 matskeið kornsykur
- 1 matskeið laukduft
- 1 matskeið hvítlauksduft
- 1 tsk kosher salt
- 1 tsk grófur svartur pipar
- ½ tsk rauðar piparflögur
- 2 punda laxaflök, beinlaus og roðlaus
- 2 matskeiðar fljótandi reykur
- Jurtaolía, til smurningar
- Sítrónubátar, til framreiðslu

LEIÐBEININGAR

a) Í stórum ziplock poka, bætið sykri, lauk og hvítlauksdufti, salti , svörtum pipar og rauðum piparflögum út í. Lokaðu pokanum og hristu svo til að tryggja að allt sé vel blandað saman. Hellið laxaflökunum út í og hellið fljótandi reyknum yfir. Lokaðu pokanum og hristu til að tryggja að laxinn sé vel húðaður . Settu pokann í kæliskáp í 8 klst.

b)   Hitið ofninn í 350 gráður F. Smyrjið létt 9-by-13-tommu bökunarform klætt með smjörpappír.

c)   Taktu pokann úr kæli, fjarlægðu laxinn og settu hann í fatið. Fargaðu pokanum. Bakið laxinn, afhjúpaður, í 20 til 25 mínútur. Takið úr ofninum og látið kólna. Berið fram með sítrónu.

74. Djúpsteiktur steinbítur

Gerir: 4 skammta

Hráefni:
- 2 pund steinbítsflök
- ¼ bolli gult sinnep
- 1 bolli gult maísmjöl
- ¾ bolli sjálfhækkandi hveiti
- 2¾ tsk kryddsalt
- 1½ tsk paprika
- 1 tsk malaður svartur pipar
- 2 bollar jurtaolía, til djúpsteikingar
- Tartarsósa og sítrónubátar, til framreiðslu
- Hakkað fersk steinselja, til skrauts

LEIÐBEININGAR

a) Skerið steinbítinn með gula sinnepi og leggið á bökunarplötu. Sett til hliðar.

b) Í stórum ziplock frystipoka, bætið við maísmjölinu, sjálfhækkandi hveiti, kryddsalti, papriku og svörtum pipar. Hristu pokann til að ganga úr skugga um að allt sé vel blandað og byrjaðu síðan að bæta steinbítnum út í. Gakktu úr skugga um að steinbíturinn sé fallega húðaður, taktu síðan flökin úr pokanum og settu þau á disk.

c) Hitið olíuna í djúpsteikingarpottinum eða pönnu í 350 til 360 gráður F, djúpsteikið síðan steinbítinn þar til hann er fallegur og gullbrúnn (venjulega 10 mínútur, en gæti verið nokkrum mínútum lengur ef fiskurinn er þykkur). Ef þú ert að nota djúpsteikingarpönnu skaltu snúa fiskinum á 3 til 5 mínútna fresti. Fjarlægðu fiskinn úr olíunni og settu hann á pappírsklædda disk til að hjálpa til við að draga í sig umfram olíu. Berið fram með tartarsósu og sítrónubátum og skreytið með steinselju.

75.Jambalaya-fylltar hvítkálsrúllur

Gerir: 6 TIL 8 skammta

Hráefni:
- 2 matskeiðar extra virgin ólífuolía
- 1 pund andouille pylsa, saxuð
- 1 stór rauð paprika, skorin í teninga
- 1 stór græn paprika, skorin í teninga
- 1 stór rauðlaukur, saxaður
- 1 (14,5 únsur) dós niðurskornir tómatar, ótæmdir
- 2 matskeiðar tómatmauk
- 5 hvítlauksrif, söxuð
- 2½ tsk Cajun krydd, skipt
- 2 tsk þurrkað timjan
- 2 tsk paprika
- 2 tsk Worcestershire sósa
- 1½ tsk sellerísalt
- 3 lárviðarlauf
- 6 bollar grænmetiskraftur, skipt
- 1½ bollar ósoðin hvít hrísgrjón
- 1 pund meðalstór hrá rækja, afhýdd og afveguð
- 1 stór kálhaus, blöðin fjarlægð hvert fyrir sig
- Jurtaolía, til smurningar
- 1 bolli niðursoðin tómatsósa
- Kosher salt og svartur pipar, eftir smekk

LEIÐBEININGAR

a) Í stórum potti yfir miðlungs hita, hellið olíunni yfir. Þegar olían er orðin heit skaltu setja pylsuna út í og elda þar til hún er brún. Takið pylsuna úr pottinum og setjið hana til hliðar.

b) Næst skaltu bæta við paprikunni og lauknum. Eldið þar til þeir eru orðnir mjúkir og bætið þá tómötunum út í (með safanum), tómatmauki og hvítlauk. Hrærið vel saman. Bætið við 2 teskeiðum af Cajun kryddinu, timjaninu, paprikunni, Worcestershire sósunni, sellerísaltinu, lárviðarlaufinu og 3 bollum af grænmetissoðinu. Hrærið hráefninu og bætið svo pylsunni aftur í pottinn ásamt ósoðnu hrísgrjónunum. Hrærið aftur og eldið í 25 til 30 mínútur, eða þar til vökvinn hefur frásogast. Bætið síðan rækjunni út í, hrærið og takið af hitanum. Sett til hliðar.

c) Í sérstökum potti yfir miðlungs hita, bætið kálblöðunum og 3 bollum grænmetissoði sem eftir eru. Eldið þar til kálið mýkist, hellið síðan af og kælið.

d) Olía létt á eldfast mót. Vefjið um ¼ bolla af jambalaya í hvert kálblað og setjið rúllurnar í bökunarformið. Sett til hliðar.

e) Blandaðu saman tómatsósunni, ½ tsk Cajun kryddi, salti og pipar í lítilli skál. Hrærið þar til það hefur blandast vel saman.

f) Hellið tómatsósunni yfir kálrúllurnar, hyljið bökunarformið með álpappír og bakið í ofni í 25 til 30 mínútur. Takið úr ofninum og látið kólna áður en það er borið fram.

76.Bakað Spaghetti

Gerir: 10 TIL 12 skammta

Hráefni:
- 2 pund nautahakk
- 1 pund möluð ítölsk pylsa
- 1 meðalstór gulur laukur, saxaður
- 5 hvítlauksrif, söxuð
- 1 (45 aura) krukku af þykkri pastasósu
- 1 msk ítalskt krydd
- Kosher salt og svartur pipar, eftir smekk
- 1 pund ósoðið spaghetti
- 12 aura gulur skarpur cheddar ostur, rifinn
- 6 aura hvítur skarpur cheddar ostur, rifinn

LEIÐBEININGAR
a) Brúnið nautahakkið og pylsuna á stórri pönnu við meðalhita. Tæmdu fituna, hentu síðan lauknum út í og eldaðu þar til hann er hálfgagnsær, 3 til 5 mínútur. Bætið við hvítlauknum, pastasósunni, ítölsku kryddinu, salti og pipar. Hrærið innihaldsefnin og lækkið hitann í lágan. Eldið í 10 mínútur.
b) Á meðan sósan er að malla, eldið spaghettí pasta þar til það er al dente. Tæmdu pastað og settu síðan til hliðar.
c) Forhitaðu ofninn í 350 gráður F.
d) Í 9 x 13 tommu bökunarformi, bætið þriðjungi af kjötsósunni við botninn. Bætið næst helmingnum af spaghettípastinu út í, síðan sósunni og síðan helmingnum af hverjum osti. Endurtaktu lagskiptinguna og endaðu með ostinum. Látið spagettíið vera ólokið og bakið í 30 til 40 mínútur. Kælið aðeins áður en það er borið fram.

77. Kjúklingasteikt steik með pylsusósu

Gerir: 4 TIL 6 skammta

Hráefni:
FYRIR STEIKIN:
- 2 bollar sjálfhækkandi hveiti
- ¼ bolli maíssterkju
- 2½ tsk kryddsalt
- 1 tsk hvítlauksduft
- 1 tsk laukduft
- ½ tsk malaður svartur pipar
- 1 egg
- 1½ bolli súrmjólk
- 6 teninga steikur (um 2 pund)
- 2 bollar jurtaolía, til djúpsteikingar

FYRIR PYLSUSÓT:
- ½ pund svínakjötspylsa
- 2 matskeiðar jurtaolía (geymd frá steikingu)
- ⅓ bolli alhliða hveiti 2 bollar nýmjólk
- Kosher salt og svartur pipar, eftir smekk
- Grænn laukur, til skrauts

LEIÐBEININGAR

a) Í stórum ziplock frystipoka, blandaðu saman hveiti, maíssterkju, kryddsalti, hvítlauksdufti, laukdufti og svörtum pipar. Hristu pokann þar til allt hefur blandast vel inn og settu síðan til hliðar.

b) Blandið egginu og súrmjólkinni saman í meðalstórri skál og blandið vel saman með þeytara.

c) **Dýfðu** hverri teningasteikinni í súrmjólkurblönduna og settu síðan steikurnar í frystipokann. Hristið pokann þar til steikurnar eru orðnar vel húðaðar, takið síðan steikurnar úr pokanum og setjið þær til hliðar.

d) Hellið jurtaolíu í djúpsteikingu eða djúpsteikingarpönnu og hitið olíuna í 350 til 360 gráður F. Djúpsteikið hverja steik í um það bil 5 mínútur, þar til hún er gyllt og stökk. Takið úr steikingarpottinum með töng og setjið steikurnar á vírgrind.

e) Á meðan byrjarðu að brúna svínapylsuna á stórri pönnu við meðalhita, í um það bil 5 mínútur. Þegar pylsan er brún, fjarlægðu pylsuna en skildu pylsudreyfana eftir á pönnunni.

f) Bætið jurtaolíunni á pönnuna og stráið hveitinu yfir. Eldið hveitið í 2 mínútur við meðalhita og passið að þeyta það svo það brenni ekki . Hellið mjólkinni út í og þeytið. Gakktu úr skugga um að það séu engir kekkir. Þegar mjólkursósan byrjar að þykkna, bætið pylsunni aftur á pönnuna og hrærið.

g) Stráið salti og pipar yfir eftir smekk, hrærið og slökkvið á hitanum. Berið kjúklingasteiktu steikurnar fram með pylsusósunni ofan á eða til hliðar. Skreytið með grænum lauk.

78.Pönnusteiktar svínakótilettur

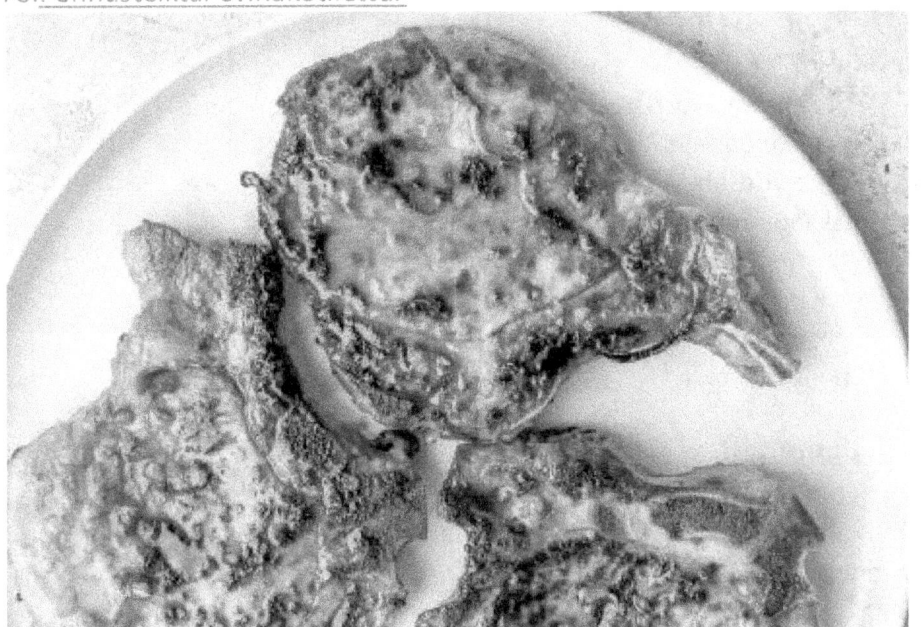

Gerir: 4 TIL 6 skammta

Hráefni:
- 4 til 6 þunnt skornar bein-í svínakótilettur (um 1½ pund)
- 2 matskeiðar alhliða hveiti
- 2 tsk kryddsalt
- 1 tsk laukduft
- ½ tsk malaður svartur pipar
- ½ tsk paprika
- ¼ tsk cayenne pipar
- ¼ bolli jurtaolía

LEIÐBEININGAR

a) Setjið svínakótilettur á bökunarplötu og setjið síðan til hliðar.

b) Blandið saman hveiti, salti, laukdufti, svörtum pipar, papriku og cayenne í lítilli skál. Blandið vel saman. Stráið kryddaða hveitinu yfir allar svínakótilettur. Vertu viss um að fá báðar hliðar.

c) Hellið jurtaolíu í stóra pönnu yfir miðlungs háum hita. Þegar olían er orðin heit skaltu bæta við svínakótilettunum og steikja hvora hlið í 5 til 7 mínútur, eða þar til þær eru gullinbrúnar. Takið af pönnunni, berið fram og njótið!

79. Apríkósufylltar Cornish hænur

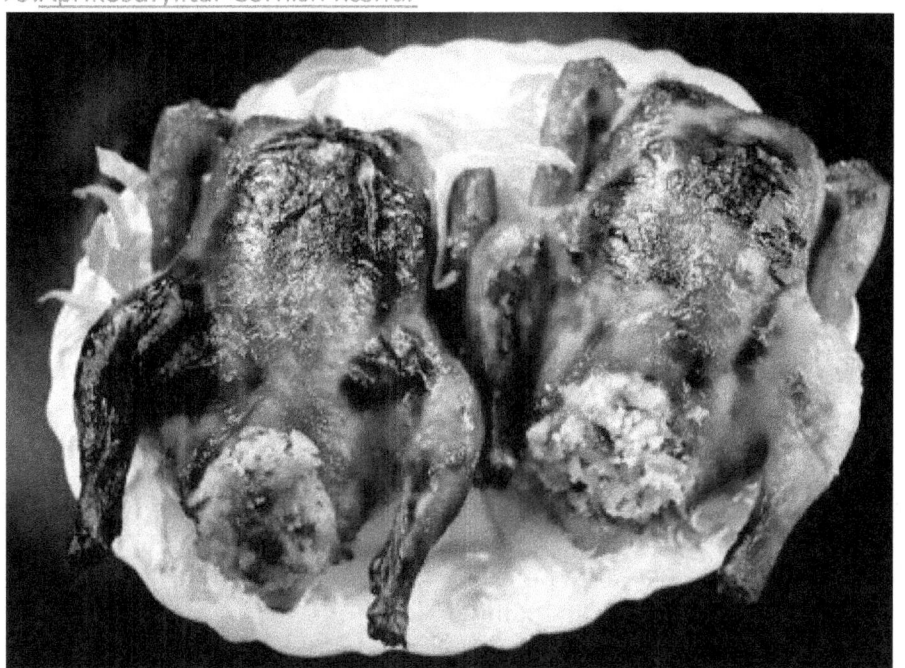

Gerir: 6 Skammtar

Hráefni:
- 3 bollar apríkósu nektar, skipt
- 3 matskeiðar smjör
- 3 bollar fyllingarblöndu
- 3 matskeiðar saxaðar möndlur
- 6 (1 pund) kornískar hænur
- 1 matskeið alifuglakrydd
- 1 1/2 tsk salt
- 2 matskeiðar jurtaolía
- Hunang

LEIÐBEININGAR :

a) Forhitið ofninn í 350 gráður Fahrenheit.
b) Blandið 1-1/2 bolla af nektar og smjöri saman í meðalstóran pott og látið suðuna koma upp við meðalhita.
c) Takið pönnuna af hitanum og blandið fyllingarblöndunni og möndlunum út í; hyljið og setjið til hliðar í 5 mínútur.
d) Fylltu 1/2 bolla af fyllingarblöndunni í hverja hænu.
e) Blandið alifuglakryddinu , salti og olíu saman í litla skál eða bolla og nuddið hverja hænu vandlega.
f) Settu fuglana í 1-1/2 bolla af nektar sem eftir er í botninn á stórri steikarpönnu.
g) Steikið í 30 mínútur, hrærið síðan með hunangi og steikið í 30 mínútur í viðbót, eða þar til hýðið er gullið.
h) Berið fram dropa til hliðar.

80. Butternut Squash lasagna

Gerir: 12 skammta

Hráefni:
- 9 lasagna núðlur, soðnar
- 5 bollar volgar, kryddaðar kartöflumús,
- 2 (12 únsur) pakkar butternut squash
- 1 1/2 bollar ricotta ostur
- 1 tsk laukduft
- 1/2 tsk múskat
- 1 tsk salt
- 1/2 tsk svartur pipar
- 1 bolli fransksteiktur laukur

LEIÐBEININGAR :

a) Forhitið ofninn í 350°F.

b) Notaðu matreiðsluúða til að húða 9 x 13 tommu bökunarform.

c) Hrærið kartöflum, kartöflumús, ricotta osti, laukdufti, múskati, salti og svörtum pipar saman í stóru blöndunarskálinni.

d) Setjið 3 núðlur í botninn á bökunarforminu sem búið er að útbúa. Dreifið 1/3 af kartöflublöndunni yfir núðlurnar. Endurtaktu lögin tvisvar í viðbót .

e) Bakið í 45 mínútur með álpappír ofan á; fjarlægðu álpappír og bakaðu í 8 til 10 mínútur í viðbót, eða þar til brúnt og hitað í gegn.

81. Grænbaunapott

Gerir: 4 Skammtar

Hráefni:
- 1 (16 aura) poki grænar baunir, þiðnar
- 3 matskeiðar hveiti
- 1 3/4 bollar mjólk
- 1 (8 aura) pakki sveppir, sneiddir
- 1/2 tsk salt
- 1/4 tsk svartur pipar
- 1/4 bolli mulinn Gorgonzola ostur
- 1/2 bolli fransksteiktur laukur

LEIÐBEININGAR :

a) Forhitið ofninn í 350°F.

b) Notaðu matreiðsluúða, húðaðu 2 lítra bökunarform.

c) Raðið grænu baununum í eldfast mót.

d) Blandið saman hveiti og mjólk í meðalstórum potti .

e) Bæta við sveppum, salti og pipar; látið sjóða og eldið, hrærið oft í, í 4 til 5 mínútur, eða þar til sósan þykknar.

f) Blandið ostinum saman við og hellið svo yfir grænu baunirnar. Hrærið baunirnar varlega saman.

g) Eldið í 15 mínútur.

h) Takið úr ofninum, hyljið með frönskum lauk og bakið í 10 til 15 mínútur í viðbót, eða þar til það er freyðandi.

82.Vetrarsúpa úr parsnip

Gerir: 4-6 skammta

Hráefni:
- 1 ½ bolli gulur laukur – þunnt sneiddur
- 1 bolli sellerí – þunnt sneið
- 16 aura grænmetissoð
- 3 bollar barnaspínat
- 4 bollar niðurskorin pastinak , afhýdd og skorin í teninga
- 1 matskeið kókosolía
- ½ bolli kókosmjólk

LEIÐBEININGAR :

a) H borðaðu olíu á stórri pönnu við meðalhita og eldaðu laukinn og selleríið .

b) Bætið pastinipunum og soðinu út í og látið suðuna koma upp.

c) Lækkið hitann í lágan og setjið lok á í 20 mínútur .

d) Bætið spínatinu út í, hrærið vel saman, takið af hitanum og maukið súpuna í litlum skömmtum í blandara þar til hún er slétt.

e) Bætið kókosmjólkinni út í og berið fram strax.

83. R úlaði með spínati og sveppum

Gerir: 3 Skammtar

Hráefni:
- 1 bolli + 1 matskeið jurtaolía, skipt
- 1 bolli laukur, smátt saxaður
- 1 bolli brúnir sveppir, smátt saxaðir
- 3 kjúklingabringur, bein- og roðlausar
- 3 tsk svartur pipar, skipt
- 3 tsk salt, skipt
- 3 tsk ítalskt krydd, skipt
- 1 bolli barnaspínat, saxað og skipt
- 2 egg, þeytt
- 1-2 bollar panko brauðrasp
- 3 matskeiðar Rjómalöguð Alfredo sósa

LEIÐBEININGAR :

a) Hitið 1 matskeið af olíu í pönnu yfir meðalháum hita. Hellið lauknum og sveppunum út í. Eldið í 2-3 mínútur, hrærið oft.

b) Bætið 1 tsk af svörtum pipar, salti og ítölsku kryddi á báðum hliðum hverrar kjúklingabringurs.

c) Fletjið kjúklingabringurnar varlega út með kökukefli.

d) Setjið eina kjúklingabringu á ferska plastfilmu. Stráið 13 bollum barnaspínati ofan á kjúklingabringuna .

e) Geymið 1-2 teskeiðar af sveppa- og laukblöndunni og setjið síðan þriðjung af sveppa- og laukblöndunni yfir.

f) Rúllaðu kjúklingnum þétt saman í stokk og lokaðu honum í plastfilmu.

g) Settu kjúklingarúllurnar inn í kæli í 30–60 mínútur til að kæla.

h) Fjarlægðu plastfilmuna af kjúklingarúllunum og settu þær til hliðar.

i) Hellið eggjum á annan grunnan disk og panko brauðrasp í hinn. Hverri kjúklingarúllu á að dýfa í þeytt egg.

j) Rúllaðu að lokum í panko og hjúpðu alveg.

k) Hitið 1 bolla af olíu í 3-4 mínútur í potti við meðalhita. Steikið kjúklingasnúðurnar í um það bil 5 mínútur á hvorri hlið, eða þar til þær eru gullinbrúnar.

l) Takið kjúklingasnúðurnar úr ofninum og hyljið með rjómalöguðu Alfredo sósunni.

84. Pumpkin Chickpea Coconut Curry

Gerir: 4-6 skammta

Hráefni:
- 2 matskeiðar ólífuolía
- ½ bolli laukur, skorinn í bita
- 3 hvítlauksrif, pressuð eða söxuð
- 1 msk engifer, rifinn
- 2 og ½ bollar grasker, afhýtt og skorið
- 2 og ½ matskeiðar rautt karrýmauk
- 1 - 14 únsur. dós af kókosmjólk
- 2 bollar spergilkál, skorið í báta
- 1 bolli niðursoðnar kjúklingabaunir
- ½ bolli kasjúhnetur, ósaltaðar
- 1 matskeið lime safi
- ¼ bolli kóríander, saxað

LEIÐBEININGAR :

a) Hitið olíuna í stórum potti yfir meðalhita. Bætið lauknum, engiferinu og hvítlauknum saman við. Steikið í eina mínútu í viðbót, eða þar til laukurinn er mjúkur og gegnsær og ilmandi.

b) Hellið karrýmaukinu og graskerinu út í. Eldið í eina mínútu í viðbót.

c) Látið suðuna koma upp, hrærið kókosmjólkinni út í. Lækkið hitann í lágan og hyljið. Eldið í 15 mínútur við lágan hita.

d) Bætið spergilkálinu út í og haltu áfram að elda, án loks, í 5 mínútur í viðbót.

e) Bætið kjúklingabaunum, kasjúhnetum og limesafa út í og hrærið saman.

f) Skreytið með kóríander áður en borið er fram.

EFTIRLITUR

85.Peach Cobbler

Gerir: 8 TIL 10 skammta

Hráefni:
- Jurtaolía, til smurningar
- ¼ bolli alhliða hveiti
- ½ bolli vatn
- 2 (14,5 aura) dósir sneiddar ferskjur í þungu sírópi
- ¾ bolli kornsykur
- ½ bolli (1 stafur) saltsmjör
- 1 matskeið vanilluþykkni
- 1½ tsk malaður kanill
- ½ tsk malað engifer
- ¼ tsk malaður múskat
- 2 kökuskorpar sem eru keyptir í kæli

LEIÐBEININGAR

a) Forhitaðu ofninn í 350 gráður F. Smyrðu létt 8 x 11 tommu ofnform eða sporöskjulaga ofnform.

b) Bætið hveiti og vatni í vökvamælisbolla og blandið saman. Sett til hliðar.

c) Bætið ferskjum, sykri, smjöri, vanillu, kanil, engifer og múskat í meðalstóran pott yfir miðlungsháum hita. Hrærið hráefninu og látið smjörið bráðna alveg. Næst skaltu hella vatni og hveitiblöndunni út í. Hrærið og eldið í 5 mínútur í viðbót.

d) Fletjið út eitt af bökudeigunum og skerið í 2 tommu ferninga. Setjið fernurnar í bökunarformið og hellið síðan skógarfyllingunni út í. Fletjið út seinna bökudeigið. Settu afganginn af deiginu ofan á skóskálina.

e) Penslið afganga af skógarfyllingunni úr pottinum ofan á skósmiðinn. Bakið skálina í 35 til 40 mínútur. Kælið aðeins áður en það er borið fram.

86.Red Velvet kaka

Gerir: 10 TIL 12 skammta
Hráefni:
- 2½ bollar alhliða hveiti
- 2 tsk ósykrað kakóduft
- 1 tsk kosher salt
- 1 tsk matarsódi
- 2 egg, við stofuhita
- 1½ bollar kornsykur
- 1½ bollar jurtaolía
- 1 bolli súrmjólk, við stofuhita
- 1½ tsk vanilluþykkni
- 1 tsk eimað hvítt edik
- 1 únsa rauður matarlitur

FYRIR FROSTING:
- 16 aura rjómaostur, mildaður
- 1 bolli (2 prik) ósaltað smjör, mildað
- 8 bollar flórsykur
- 1 matskeið nýmjólk
- 2 tsk vanilluþykkni

LEIÐBEININGAR

a) Forhitið ofninn í 325 gráður F. Sprayið tvær 9-tommu kökuformar með bökunarúða, eða smyrjið og hveiti þær.

b) Blandið saman hveiti, kakódufti, salti og matarsóda í stórri blöndunarskál og sigtið eða þeytið saman.

c) Opnaðu eggin í meðalstórri skál og þeytið þau með þeytara. Hellið sykri, olíu, súrmjólk og vanillu í skálina og hrærið með handþeytara á lágum hraða þar til allt er orðið gott og rjómakennt.

d) Blandið blautu hráefnunum rólega saman við þurrefnin í stóru skálinni. Vertu viss um að blanda á lágum hraða! Þegar allt er bara blandað saman skaltu skipta úr því að blanda kökudeiginu með handþeytara yfir í að brjóta það saman með spaða. Næst skaltu bæta við ediki og rauðum matarlit. Brjótið saman þar til allt kökudeigið er orðið rautt og það eru engar rákir.

e) Hellið jafnmiklu af kökudeigi í hvert kökuform. Hristið og bankið á pönnurnar til að losa um loftbólur og látið síðan sitja í 5 mínútur. Bakið kökurnar í 25 til 30 mínútur. Takið kökurnar úr kökuformunum og setjið þær á kæligrind.

f) Á meðan kökurnar eru að kólna, búðu til frostinginn. Blandið saman rjómaostinum og smjörinu í stórri skál. Rjómaðu hráefnin tvö saman með því að nota handþeytara og bætið síðan flórsykrinum rólega út í 1 bolla í einu. Bætið mjólk og vanillu út í og blandið þar til frostið er gott og rjómakennt. Þegar kökurnar eru alveg kaldar, frostið þær.

87. Brauðbúðingur með rommsósu

Gerir: 8 TIL 10 skammta

Hráefni:
- Jurtaolía, til smurningar
- 3 bollar hálf og hálf
- ½ bolli kornsykur
- ½ bolli púðursykur
- 5 egg, létt þeytt
- 1 matskeið vanilluþykkni
- 1½ tsk malaður kanill
- ½ tsk malaður múskat
- 1 (16 aura) brauð dagsgamalt franskt brauð, í teningum

FYRIR ROMM SÓSUNA :
- 1 bolli þungur rjómi
- 4 matskeiðar ósaltað smjör
- ½ bolli flórsykur
- 1 matskeið alhliða hveiti
- 2 tsk rommþykkni

LEIÐBEININGAR

a) Forhitaðu ofninn í 350 gráður F. Smyrðu létt 9-by-13-tommu ofnform.

b) Í stórri blöndunarskál, blandaðu saman hálfu og hálfu, sykri, eggjum, vanillu, kanil og múskati og blandaðu þar til það er vel blandað, settu síðan til hliðar.

c) Dreifið brauðinu jafnt yfir í tilbúna réttinn, hellið eggjablöndunni yfir brauðið og látið standa í um 25 mínútur. Bakið í ofni, án loks, í 45 til 50 mínútur. Takið úr ofninum og látið kólna.

d) Til að búa til sósuna skaltu hella rjómanum í stóran pott yfir miðlungshita. Bætið smjöri, flórsykri og hveiti út í. Eldið í um 5 mínútur, eða þar til sósan þykknar. Bætið rommútdrættinum út í og slökkvið svo á hitanum. Hrærið og hellið svo sósunni yfir brauðbúðinginn. Berið fram og njótið!

88. Blandaður berjaskógari með sykurkexi

Gerir: 10 skammta
Hráefni:
- Jurtaolía, til smurningar
- 2 bollar fersk jarðarber, skorin í sneiðar
- 2 bollar fersk brómber
- 2 bollar fersk bláber
- 1 bolli kornsykur
- ¾ bolli vatn
- 2 matskeiðar ósaltað smjör
- 1 matskeið vanilluþykkni
- 3 matskeiðar maíssterkju

FYRIR KEXÁLAGIÐ:
- 2 bollar alhliða hveiti
- ¼ bolli kornsykur
- 3 matskeiðar lyftiduft
- ½ tsk kosher salt
- ¾ bolli súrmjólk
- 5 matskeiðar kalt ósaltað smjör, rifið
- 2 tsk vanilluþykkni
- 2 matskeiðar brætt ósaltað smjör
- 2 matskeiðar grófur sykur

LEIÐBEININGAR

a) Forhitaðu ofninn í 375 gráður F. Smyrðu létt 9-by-13-tommu ofnform.

b) Blandið berjunum saman við sykur, vatn, smjör og vanillu í stórum potti yfir meðalhita. Þegar loftbólur byrja að myndast skaltu ausa um ¼ bolla af vökva úr pottinum.

c) Blandið ¼ bolla af heitum vökva saman við maíssterkju í lítilli skál og blandið þar til kekkjalaust. Hellið maíssterkjublöndunni aftur í pottinn með berjunum og hrærið. Eldið þar til allt þykknar, hellið svo ávaxtablöndunni í bökunarformið. Setja til hliðar.

d) Fyrir kexáleggið, blandaðu saman hveiti, sykri, lyftidufti og salti í stórri skál. Þeytið þar til það hefur blandast vel saman. Bætið súrmjólkinni, rifnu smjörinu og vanillu út í. Blandið hráefninu saman. Skerið kexblönduna upp úr og setjið ofan á berjafyllinguna.

e) Penslið kexið með bræddu smjöri og stráið svo grófum sykrinum yfir. Bakið í ofni, án loks, í 30 til 35 mínútur. Takið úr ofninum og látið kólna. Berið fram með eða án ís.

89.Auðveldar sítrónustangir

Gerir: 12 skammta

Hráefni:
FYRIR SMARTKAKA:
- 1¾ bollar alhliða hveiti
- ½ bolli kornsykur
- ¼ bolli maíssterkju
- ½ tsk malaður múskat
- ¼ teskeið kosher salt
- 1 bolli (2 prik) ósaltað smjör, mildað
- **FYRIR FYLLINGU:**
- 1½ bollar kornsykur
- ¼ bolli alhliða hveiti
- 4 egg, létt þeytt
- ½ bolli nýkreistur sítrónusafi (úr um það bil 3 stórum sítrónum)
- 2 tsk sítrónubörkur
- Púðursykur, til að rykhreinsa

LEIÐBEININGAR

a) Forhitið ofninn í 350 gráður F. Klæðið 9 x 13 tommu bökunarpönnu með bökunarpappír og úðið með nonstick eldunarúða.

b) Hrærið saman hveiti, sykri, maíssterkju, múskati og salti í stórri blöndunarskál. Bætið smjörinu út í hveitiblönduna og blandið saman með gaffli þar til það er molað.

c) Setjið blönduna í undirbúið bökunarform og þrýstið henni niður í jafnt lag. Bakið smákökubotninn í 20 til 25 mínútur, eða þar til hann brúnast aðeins. Takið úr ofninum og setjið til hliðar.

d) Til að búa til sítrónufyllinguna, þeytið sykur og hveiti í stórri blöndunarskál þar til það hefur blandast vel saman. Bætið eggjum, sítrónusafa og sítrónubörk út í og blandið vel saman. Hellið sítrónufyllingunni yfir smákökur.

e) Bakið í 20 til 22 mínútur, þar til sítrónufyllingin er stíf. Takið úr ofninum og látið kólna að stofuhita áður en það er sett í kæli í 2 klst. Sigtið smá flórsykur ofan á áður en það er borið fram.

90.Eggjakrem

Gerir: 12 skammta

Hráefni:
FYRIR SKORPAN:
- Jurtaolía, til smurningar
- 1 pakki af muldum vanilludropum
- 1 bolli (2 prik) ósaltað smjör, mildað
- ¾ bolli kornsykur

FYRIR vanlíðan:
- 4 bollar gufuð mjólk, skipt
- 6 egg, létt þeytt
- ⅔ bolli kornsykur
- 2 matskeiðar alhliða hveiti
- 1 tsk vanilluþykkni
- ¼ tsk malaður múskat

LEIÐBEININGAR

a) Hitið ofninn í 325 gráður F. Smyrjið létt 9-by-13-tommu ofnform.

b) Í stórri skál, bætið muldum vanilludropum, smjöri og sykri saman við. Blandið hráefnunum saman þar til þau hafa blandast vel saman og líkjast blautum sandi.

c) Stráið vanilludropblöndunni í bökunarformið og þrýstið jafnt í botninn á forminu. Sett til hliðar.

d) Í stórum potti yfir miðlungs hita, hitið 3 bolla af gufuðu mjólkinni. Eldið þar til loftbólur myndast, slökkvið síðan á hitanum.

e) Í meðalstórri blöndunarskál skaltu sameina afganginn af 1 bolli gufaðrar mjólk með eggjum, sykri, hveiti, vanillu og múskati. Blandið þar til það hefur blandast vel saman. Hellið eggjablöndunni hægt í pottinn með heitu mjólkinni. Þeytið vandlega.

f) Hellið rjómablöndunni í bökunarformið, yfir vanillubotninn. Bakið í ofni í 45 til 50 mínútur, eða þar til kremið er stíft. Takið úr ofninum og látið kólna áður en það er borið fram.

91.Sætkartöflubaka

Gerir: 10 TIL 12 skammta
Hráefni:
FYRIR SKORPAN:
- Jurtaolía, til smurningar
- 1¼ bollar alhliða hveiti
- ¼ bolli kalt saltað smjör, skorið í teninga eða rifið
- ¼ bolli af smjörbragði
- 2 matskeiðar kornsykur
- 1 tsk vanilluþykkni
- ½ tsk kosher salt
- 1½ msk ísvatn

FYRIR FYLLINGU:
- 3 miðlungs sætar kartöflur, skrældar og saxaðar
- 1 bolli kornsykur
- 1 tsk malaður kanill
- ½ tsk malaður múskat
- ¼ teskeið malað engifer
- 2 egg
- ½ bolli uppgufuð mjólk
- 1 matskeið vanilluþykkni
- 1 bolli (2 prik) saltað smjör, mýkt

LEIÐBEININGAR

a) Forhitaðu ofninn í 325 gráður F. Smyrðu létt 9 tommu bökuform.

b) Í stórri hrærivélarskál blandið saman hveiti, smjöri, stýtti, sykri, vanillu, salti og ísvatni. Blandið hráefnunum þar til deig myndast, pakkið síðan inn í plastfilmu og geymið deigið í kæli í 1 til 2 klukkustundir.

c) Í miðlungs potti yfir háum hita, bætið sætu kartöflunum og um 4 til 6 bollum af vatni út í. Sjóðið kartöflurnar þar til þær eru mjúkar. Þegar kartöflurnar eru tilbúnar skaltu hella vatninu af og láta kartöflurnar kólna.

d) Kasta kældu sætu kartöflunum í stóra blöndunarskál og þeytið þar til kartöflurnar eru orðnar fallegar og rjómalögaðar. Stráið sykri, kanil, múskati og engifer yfir. Blandið hráefninu saman. Næst skaltu bæta við eggjum, uppgufðri mjólk, vanillu og smjöri. Þeytið þar til blandan er orðin rjómalöguð og loftkennd. Stillu skálina til hliðar.

e) Takið deigið úr kæli, hveiti flatt yfirborð og fletjið deigið út. Settu það í bökuformið og bakaðu bökuskelina í 7 til 10 mínútur.

f) Fjarlægðu skelina úr ofninum og snúðu hitanum upp í 350 gráður F. Bætið sætu kartöflufyllingunni við bökuskelina og sléttið hana út. Bakið bökuna í 45 til 50 mínútur, þar til fyllingin hefur stífnað. Látið bökuna kólna í stofuhita áður en hún er borin fram.

92. Gamaldags súrmjólkurbaka

Gerir: 10 TIL 12 skammta

Hráefni:
- Jurtaolía, til smurningar
- 3 egg
- 1¼ bollar kornsykur
- ½ bolli ósaltað smjör, brætt
- 4 matskeiðar alhliða hveiti
- 1 bolli súrmjólk
- 1 matskeið sítrónusafi
- 2 tsk vanilluþykkni
- ⅛ teskeið malaður múskat
- 1 (9 tommu) bökuskorpa sem er keypt í kæli

LEIÐBEININGAR

a) Forhitaðu ofninn í 325 gráður F. Smyrðu létt 9 tommu bökuform.

b) Þeytið eggin í stórri blöndunarskál. Bætið sykri, smjöri og hveiti út í. Blandið þar til allt hefur blandast vel saman. Hellið súrmjólkinni út í og hrærið. Bætið sítrónusafanum, vanillu og múskati út í. Blandið þar til allt er orðið gott og rjómakennt.

c) Hellið blöndunni í bökuskelina, setjið hana í bökuformið og bakið í ofni í 1 klukkustund og 10 mínútur, eða þar til fyllingin er orðin stíf. Látið kólna alveg, í um 45 mínútur, áður en það er skorið og borið fram.

93.Súrmjólkursúkkulaðikaka

Gerir: 12 skammta

Hráefni:
- ½ bolli jurtaolía, auk meira til að smyrja
- 2 bollar alhliða hveiti, auk meira fyrir hveiti
- ¾ bolli ósykrað kakóduft
- 2 tsk lyftiduft
- 1½ tsk matarsódi
- 1 tsk kosher salt
- 2 bollar kornsykur
- 1 bolli nýmjólk
- 2 stór egg
- 1 matskeið vanilluþykkni
- 1 bolli heitt kaffi

FYRIR FROSTING:
- 1½ bollar (3 prik) ósaltað smjör, við stofuhita
- 5 bollar flórsykur
- 1 bolli ósykrað kakóduft
- ¼ bolli kaffi, við stofuhita
- ¼ bolli hálft og hálft
- 2 tsk vanilluþykkni

LEIÐBEININGAR

a) Forhitaðu ofninn í 350 gráður F. Smyrðu létt og hveiti 9-by-13-tommu ofnform.

b) Sigtið hveiti í stóra skál ásamt kakódufti, lyftidufti, matarsóda og salti. Hellið sykri, súrmjólk, olíu, eggjum og vanillu út í. Blandið innihaldsefnunum með lófa hrærivél á meðalhraða. Byrjaðu hægt og rólega að bæta við kaffinu. Blandið á lágum hraða þar til innihaldsefnin hafa blandast vel saman.

c) Hellið kökudeiginu í undirbúið bökunarform og bakið kökuna í 30 til 35 mínútur (eða þar til hún er tilbúin). Takið kökuna úr ofninum og látið kólna.

d) Á meðan kakan er að kólna, undirbúið frostinginn. Kremið smjörið með hrærivél á meðalhraða. Snúðu hrærivélinni á lágan hraða og bættu sykri og kakódufti rólega út í. Blandið þar til það hefur blandast vel saman.

e) Hellið kaffinu og hálfu og hálfu út í og blandið þar til það er gott og slétt. Bætið því næst vanillu út í og haltu áfram að blanda þar til frostið er orðið gott og rjómakennt. Þegar kakan er alveg köld, frostið kökuna.

94. Lemon kókoshnetukaka

Gerir: 10 skammta

Hráefni:
- Jurtaolía, til smurningar
- 3 bollar alhliða hveiti, auk meira til að hveiti
- 1 pund (4 prik) saltað smjör, við stofuhita
- 8 aura rjómaostur, við stofuhita
- 3 bollar kornsykur
- 6 egg
- 4 aura instant sítrónubúðingur blanda
- ¼ bolli sætt rifið kókos
- 3 matskeiðar sítrónusafi
- Börkur úr 2 stórum sítrónum
- 2½ tsk kókoshnetuþykkni
- 2 tsk vanilluþykkni

FYRIR GLÍAN:
- 1½ bolli flórsykur
- 3 til 4 matskeiðar sítrónusafi
- 1 tsk kókoshnetuþykkni

LEIÐBEININGAR

a) Forhitið ofninn í 325 gráður F. Smyrjið og hveiti Bundt pönnu.

b) Í hrærivél eða stórri blöndunarskál með handþeytara, kremið smjörið og rjómaostinn saman við meðalhraða í um það bil 2 til 3 mínútur. Bætið sykrinum út í og byrjið að bæta eggjunum út í. Blandið á meðalhraða þar til það hefur blandast vel saman.

c) Bætið hveitinu hægt út í, bara smá í einu. Bætið síðan við búðingblöndunni, rifnum kókos, sítrónusafa og -börk, kókosþykkni og vanillu. Blandið deiginu á meðalhraða þar til það er orðið rjómakennt.

d) Hellið kökudeiginu í undirbúið form. Bakið í 1 klukkustund og 25 mínútur, eða þar til það er tilbúið. Takið kökuna úr ofninum og látið hana kólna áður en hún er tekin af forminu.

e) Á meðan kakan kólnar, undirbúið gljáann. Blandið saman flórsykri, sítrónusafa og kókoshnetuþykkni í meðalstórri skál og blandið saman með þeytara þar til kekkjalaust. Dreifið gljáanum yfir kökuna og látið standa í 5 mínútur áður en hún er borin fram.

95.Sætkartöflusvampkaka

Gerir: 16 skammta

Hráefni:
- 6 egg við stofuhita
- 1 bolli kornsykur
- 1 bolli auk 1 matskeið af alhliða hveiti
- ½ tsk lyftiduft
- ¼ teskeið kosher salt
- 3 matskeiðar sætar kartöflumús
- 1 tsk vanilluþykkni

LEIÐBEININGAR

a) Forhitið ofninn í 350 gráður F. Sprayið tvær 9-tommu kökuformar með bökunarúða, eða smyrjið og hveiti þær.

b) Í stórri blöndunarskál, þeytið eggin með handþeytara á miklum hraða í 1 til 2 mínútur. Bætið sykrinum rólega út í og haltu áfram að þeyta eggin þar til þau þykkna og verða góð og loftkennd, um það bil 5 mínútur.

c) Blandið saman hveiti, lyftidufti og salti í meðalstórri skál. Þeytið saman þar til það hefur blandast vel saman. Stilltu skálina til hliðar.

d) Bætið sætu kartöflumúsinni og vanilludropunum út í skálina með loftkenndu eggjunum og hrærið, stráið svo hveitiblöndunni út í. Blandið hráefnunum hægt saman þar til það hefur blandast vel saman, en ekki ofblandið.

e) Hellið kökudeiginu jafnt í hvert kökuform. Bakið í 25 til 30 mínútur. Takið úr ofninum og setjið pönnurnar á hvolf á vírgrind. Látið kólna í 5 mínútur áður en kökurnar eru teknar af formunum, látið kökurnar síðan kólna alveg áður en þær eru bornar fram.

96.Praline Bundt kaka

Gerir: 12 skammta

Hráefni:
- 3 bollar alhliða hveiti
- 1 tsk matarsódi
- 1 tsk kosher salt
- 1½ bolli púðursykur
- 1½ bollar kornsykur
- 1½ bollar (3 prik) ósaltað smjör, við stofuhita
- 5 stór egg
- 1 bolli súrmjólk
- 1 matskeið vanilluþykkni

FYRIR KRUN:
- 5 matskeiðar ósaltað smjör
- 1 bolli púðursykur
- 1¼ bollar flórsykur
- ¼ bolli gufuð mjólk
- 1 tsk vanilluþykkni
- 1 bolli saxaðar pekanhnetur

LEIÐBEININGAR

a) Forhitaðu ofninn í 325 gráður F. Sprayðu stóra Bundt pönnu með nonstick eldunarúða.

b) Sigtið hveiti, matarsóda og salt saman í stórri blöndunarskál. Sett til hliðar.

c) Blandið saman sykrinum og ósaltuðu smjörinu í sérstakri stórri skál. Blandið þar til það er orðið gott og rjómakennt og bætið síðan eggjunum út í einu í einu. Blandið þar til það hefur blandast vel saman.

d) Skiptu um að bæta súrmjólkinni og þurrefnunum í skálina ásamt smjör-og-eggjablöndunni þar til allt er komið í. Passaðu að blanda á lágum hraða. Bætið því næst vanillu og blandið saman við deigið.

e) Hellið kökudeiginu í tilbúna pönnuna og hristið til að losna við loftpúða. Bakið kökuna í 1 klukkustund til 1 klukkustund og 15 mínútur, þar til hún er gullinbrún. Takið úr ofninum og látið kólna á forminu í 20 mínútur áður en kakan er tekin af forminu.

f) Til að búa til kökukremið, bræðið smjörið í meðalstórum potti við meðalháan hita. Bætið púðursykrinum og púðursykrinum út í. Hellið uppgufðu mjólkinni út í og hrærið. Látið kúla í 2 mínútur og slökkvið síðan á hitanum. Bætið vanillu út í og stráið pekanhnetunum yfir. Blandið hráefninu saman við og látið standa í 20 mínútur.

g) Hellið pekanskreminu yfir alla kökuna og látið kökuna standa í að minnsta kosti 30 mínútur áður en hún er borin fram.

97.Ostakaka með ananas á hvolfi

Gerir: 12 skammta

Hráefni:
FYRIR KÖKUNA:
- ⅓ bolli jurtaolía, auk meira til að smyrja
- 4 matskeiðar ósaltað smjör, brætt
- ½ bolli dökk púðursykur
- 1 (20 aura) dós ananashringir, í safa
- 10 til 12 Maraschino kirsuber
- 1 (15,25 aura) pakki af gulri kökublöndu
- 1 bolli mulinn ananas
- 3 stór egg, létt þeytt

FYRIR FYLLINGU:
- 24 aura rjómaostur, mildaður
- 1 bolli flórsykur
- ¼ bolli sýrður rjómi
- 3 egg
- 2 matskeiðar alhliða hveiti
- 1 matskeið vanilluþykkni
- 1 msk ananassafi

LEIÐBEININGAR

a) Forhitið ofninn í 350 gráður F. Olía létt á tvær 8-tommu springform pönnur. Setjið eitt til hliðar og bætið bræddu smjöri og púðursykri út í hitt. Bætið ananashringjunum við botninn á pönnunni og bætið svo Maraschino kirsuberjunum í miðjuna á ananashringjunum. Setjið springformið til hliðar.

b) Tæmdu kökublönduna í stóra hrærivélaskál og þeytið kekkjana út. Bætið muldum ananas, jurtaolíu og eggjum út í. Blandið þar til það hefur blandast vel saman.

c) Skiptið deiginu og hellið helmingnum yfir ananas-, kirsuberja- og púðursykurblönduna. Hellið afganginum af deiginu í annað springformið. Bakið kökurnar í 25 til 30 mínútur, eða þar til þær eru tilbúnar. Látið kökurnar kólna.

d) Blandið saman rjómaosti, flórsykri og sýrðum rjóma í stóra hrærivélaskál. Hrærið þar til það er orðið gott og rjómakennt og bætið svo eggjunum út í. Bætið hveiti, vanillu og ananasafa út í. Blandið þar til það hefur blandast vel saman.

e) Hellið ostakökufyllingunni yfir kökurnar í springformunum. Vefjið botninn á pönnurnar með álpappír og setjið þær í steikarpönnu. Búðu til vatnsbað með því að hella um 2 til 3 tommum af heitu vatni í steikarpönnu.

f) Settu kökurnar í ofninn og bakaðu í 1 klukkustund til 1 klukkustund og 15 mínútur, þar til fyllingin er stíf.

g) Setjið kökuna með ananasnum og kirsuberjunum ofan á ostakökulagið. Látið standa í 10 mínútur áður en borið er fram.

98.Hrísgrjónabúðingur

Gerir: 4 TIL 6 skammta

Hráefni:
- 2 bollar hálf og hálf, skipt
- 1½ bolli soðin hrísgrjón
- 2 matskeiðar ósaltað smjör
- 1 egg
- ⅓ bolli kornsykur
- 2 tsk vanilluþykkni
- ½ tsk malaður kanill
- ½ tsk kosher salt
- ¼ tsk malaður múskat
- ¼ bolli rúsínur

LEIÐBEININGAR
a) Í meðalstórum potti yfir meðalhita, blandaðu 1½ bolla af hálfu og hálfu saman við soðnu hrísgrjónunum og smjörinu. Hrærið hráefninu og látið malla í 15 mínútur.
b) Á meðan það er eldað skaltu sameina það sem eftir er hálft og hálft með eggi, sykri, vanillu, kanil, salti og múskati í meðalstórri skál. Blandið þar til það hefur blandast vel saman.
c) Eftir að hrísgrjónablandan hefur soðið í 15 mínútur er eggjablöndunni og rúsínunum hellt út í og hrært. Eldið við meðalhita í 5 mínútur. Slökkvið á hitanum og hrærið hráefnin saman. Berið fram heitt eða kalt.

99. Family Bananabúðingur

Gerir: 8 TIL 10 skammta

Hráefni:
- 1 bolli kornsykur
- ⅓ bolli maíssterkju
- ½ tsk kosher salt
- ¼ tsk malaður múskat
- 3 bollar nýmjólk
- 3 egg
- 2 tsk vanilluþykkni
- 1½ bolli þungur rjómi
- ⅔ bolli flórsykur, sigtaður
- 4 stórir þroskaðir bananar
- 1 (11 únsu) kassi vanilludiskur
- 1 pakki af Chessmen smákökum

LEIÐBEININGAR

a) Blandið saman sykri, maíssterkju, salti og múskati í stórum potti. Sigtið eða hrærið innihaldsefnin, hellið síðan mjólkinni út í og hrærið þar til það hefur blandast vel saman. Setjið pönnuna yfir meðalhita og eldið í um það bil 15 mínútur. Hrærið stöðugt. Lækkið hitann niður í lágan og takið út um það bil ½ bolla af heitu mjólkurblöndunni.

b) Þeytið eggin í stórri skál. Hellið ½ bollanum af heitu mjólkurblöndunni hægt út í og haltu áfram að hræra. Með þessu ertu hægt og rólega að koma eggjunum upp í hita og það kemur í veg fyrir að eggin eldist þegar þú bætir þeim í pottinn.

c) Farðu aftur á helluborðið og snúðu hitanum aftur í miðlungs. Hrærið heitu mjólkurblönduna og bætið eggjablöndunni út í pottinn. Hrærið stöðugt og bætið vanillu út í. Hrærið og eldið í 2 mínútur til viðbótar. Takið af hellunni og látið standa í 2 mínútur. Hellið heitum búðingnum í hitaþolna skál.

d) Þegar búðingurinn hefur kólnað aðeins skaltu hylja hann með plastfilmu. Gakktu úr skugga um að plastfilman snerti búðinginn. Þetta kemur í veg fyrir að búðingurinn myndi filmu ofan á. Látið búðinginn standa þar til hann nær stofuhita.

e) Á meðan búðingurinn kólnar, undirbúið þeytta rjómann. Hellið þunga rjómanum í meðalstóra skál og stráið flórsykrinum yfir. Blandið hráefnunum saman með hrærivél á miklum hraða þar til það breytist í þeyttan rjóma. Stilltu skálina til hliðar.

f) Þegar búðingurinn hefur náð stofuhita, skerið bananana í sneiðar.

g) Í 9 x 13 tommu bökunarformi, bætið nokkrum vanilluskífum og bananasneiðum á botninn og bætið síðan helmingnum af búðingnum ofan á. Sléttið út búðingslagið og bætið svo við öðru lagi af oblátum og bönunum. Bætið síðasta laginu af búðingnum út í og bætið svo þeyttum rjómanum út í. Toppið búðinginn með Chessmen smákökum og berið fram. Lokið og kælið afganga.

100. Krabbi, rækjur og humarpottbaka

Gerir: 6 skammta

Hráefni:
- 3 matskeiðar extra virgin ólífuolía
- 2 meðal rauðar kartöflur, skrældar og skornar í teninga
- ½ meðalstór rauðlaukur, sneiddur
- 1½ bolli frosnar baunir og gulrætur, þiðnar
- ½ bolli saltað smjör
- ½ bolli alhliða hveiti
- 1½ bolli sjávarfangskraftur
- 1 bolli nýmjólk
- 1 bolli krabbakjöt
- 1 bolli humarkjöt
- 1 bolli miðlungs hrá rækja, afhýdd og afveguð
- 2½ tsk kreólakrydd
- 2 kökuskorpar sem eru keyptir í kæli
- 1 egg, þeytt
- 1 matskeið vatn

LEIÐBEININGAR

a) Forhitið ofninn í 425 gráður F.

b) Bætið olíunni við á miðlungs pönnu yfir miðlungs hita. Þegar olían er orðin heit skaltu setja kartöflurnar út í og elda þar til þær eru mjúkar. Bætið lauknum út í og eldið í 5 mínútur áður en ertum og gulrótum er bætt út í. Eldið í 3 mínútur í viðbót, slökkvið síðan á hitanum og setjið til hliðar.

c) Bræðið smjörið í stórum potti yfir meðalhita og stráið síðan hveitinu yfir. Eldið í um það bil 3 til 4 mínútur. Þeytið sjávarfangskraftinum og mjólkinni út í. Bætið grænmetinu, sjávarfanginu og Creole kryddinu út í og hrærið varlega.

d) Setjið 1 bökubotn í botninn á bökuformi með djúpu fati og hellið síðan sjávarfangsfyllingunni í bökuskelina. Setjið aðra tertuskorpuna ofan á sjávarréttablönduna og klípið hliðarnar á skorpuna til að loka.

e) Blandið saman þeyttu egginu og vatni í lítilli skál og penslið síðan toppinn af pottinum með blöndunni. Bakið pottinn í 30 mínútur, án loks. Kælið aðeins áður en það er borið fram.

f) Krabbi, rækjur og humarpottbaka

NIÐURSTAÐA

Þegar við ljúkum matreiðsluferð okkar í gegnum „HITT ELDHÚS FORNA", vona ég að eldhúsið þitt sé orðið staður þar sem hefðir og nýsköpun sameinast, þar sem ilm fortíðar fyllir sögutilfinningu í hverjum rétti. Þessi matreiðslubók er meira en safn uppskrifta; þetta er hátíð þeirrar seiglu og auðlegðar sem gamaldags hráefni færa á borðin okkar.

Þakka þér fyrir að taka þátt í að endurvekja hefðir með þessum 100 ríku og bragðmiklu réttum. Megi eldhúsið þitt halda áfram að vera striga fyrir matreiðslurannsóknir, þar sem arfleifð smekksins tekur tíma. Þegar þú smakkar síðustu bitana af þessum réttum, mundu að þú ert ekki bara að elda; þú ert að varðveita matreiðsluarfleifð - sem hægt er að miðla til komandi kynslóða.

Hér er gleðin við að elda með gamalgrónu hráefni, sögurnar sem sagðar eru í gegnum hverja suðu og steik, og að hefðum sem gera eldhúsin okkar ekki bara rými fyrir næringu heldur einnig helgidóma matreiðslusögunnar. Góða eldamennsku!

www.ingramcontent.com/pod-product-compliance
Lightning Source LLC
Chambersburg PA
CBHW071327110526
44591CB00010B/1050